fly an airplane
[flaɪ ən 'eəpleɪn]
lái máy bay

Tuấn Kiệt
biên soạn

vending machine
['vendɪŋ məʃiːn]
máy bán hàng tự động

VISUAL
English
Vietnamese
Bilingual Dictionary

Từ điển Anh - Việt bằng hình

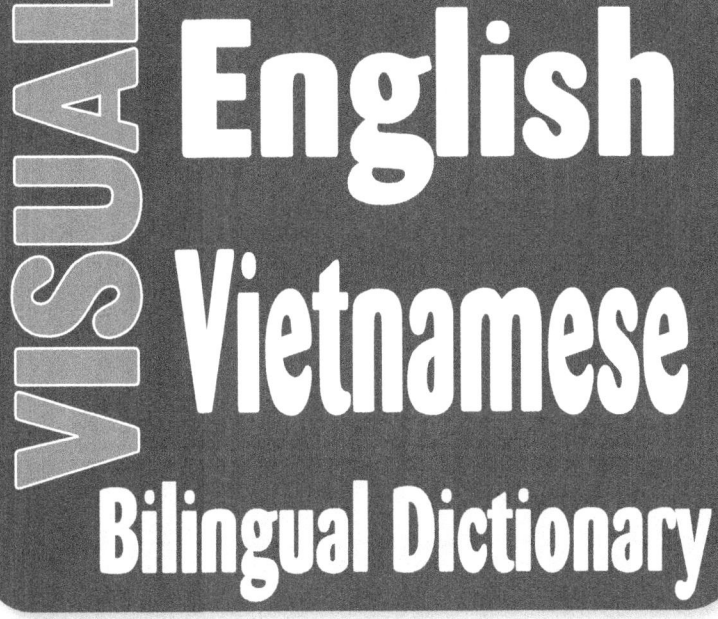

solar energy
['səʊlə® 'enədʒɪ]
năng lượng mặt trời

hydroelectric power
[ˌhaɪdrəʊɪˈlektrɪk 'paʊə(r)]
thủy điện

wind
[wɪnd]
sức gió

geothermal energy
[ˌdʒiːəʊˈθɜːml]
điện nhiệt năng

telescope
['telɪskəʊp]
kính viễn vọng

museum [mjuˈziːəm]
nhà bảo tàng

motorcycle ['məʊtəsaɪkl] *xe mô tô*

TRÍ TUỆ
LAN TỎA TRI THỨC

NHÀ XUẤT BẢN THANH NIÊN

Free Audio App

TUẤN KIỆT biên soạn

Visual English - Vietnamese bilingual dictionary

Từ điển Anh Việt bằng hình

NHÀ XUẤT BẢN THANH NIÊN

Từ điển Anh – Việt
(Bằng hình)

Tuấn Kiệt biên soạn

Copyright is owned by Tri Tue LLC.

Bản quyền thuộc về công ty TNHH MTV Trí Tuệ

Do not copy illegally

Copyright of the work is protected. Any form of copying, printing, publishing, posting, releasing part or all of the work's content in the form of printed books, electronic books, audio book recordings or other forms without consent written by Tri Tue LLC are all copyright violations.

For all copyright needs, please contact:
congtytritue_79@yahoo.com.vn

Không được sao chép bất hợp pháp

Bản quyền tác phẩm đã được bảo hộ. Mọi hình thức sao chụp, in ấn, xuất bản, đăng tải, phát hành một phần hoặc toàn bộ nội dung tác phẩm dưới dạng sách in, sách điện tử, ghi âm sách nói hoặc các hình thức khác mà không có sự đồng ý bằng văn bản của công ty TNHH MTV Trí Tuệ đều là hành vi vi phạm bản quyền.

Mọi nhu cầu về bản quyền xin liên hệ:
congtytritue_79@yahoo.com.vn

Preface

Congratulations on having the book: "**Visual English-Vietnamese Bilingual Dictionary**" in your hands. This is a useful resource to learn and improve your English vocabulary. This book is specially designed with 305 pages, including 142 topics and many illustrations to help you easily learn and remember English vocabulary.

This book " **Visual English-Vietnamese Bilingual Dictionary** " is not only for adults but also suitable for children. With an image-based approach, this book creates a combination of vocabulary and images, helping you connect and remember new words quickly and effectively. By associating the vocabulary you learn with images, you can create strong and lasting connections in your brain, helping you remember the vocabulary naturally and use it confidently. in everyday communication.

The book is designed with independent topics, so you can study in any order. However, you should take the time to learn and study all the different topics in this book to gain a rich vocabulary. Explore each page, each image, and each new vocabulary. We believe that the combination of images and vocabulary will bring you an enjoyable and effective learning experience.

Wishing you happy studying and success in your English learning!

Lời nói đầu

Chúc mừng bạn đã có trong tay quyển sách: "**Từ điển Anh – Việt bằng hình**". Đây là một nguồn tài liệu hữu ích để tìm hiểu và nâng cao vốn từ vựng tiếng Anh của bạn. Quyển sách này được thiết kế đặc biệt với 305 trang, bao gồm 142 chủ đề và rất nhiều hình ảnh minh hoạ nhằm giúp bạn dễ dàng học và ghi nhớ từ vựng tiếng Anh.

Quyển sách "**Từ điển Anh – Việt bằng hình**" này không chỉ dành riêng cho người lớn mà còn thích hợp cho trẻ em. Với cách tiếp cận sử dụng hình ảnh, quyển sách này tạo ra sự kết hợp giữa từ vựng và hình ảnh, giúp bạn kết nối và ghi nhớ từ mới một cách nhanh chóng và hiệu quả. Bằng cách liên kết các từ vựng mà bạn học được với các hình ảnh, bạn có thể tạo ra các liên kết mạnh mẽ và lâu dài trong bộ não của mình, giúp bạn nhớ từ vựng một cách tự nhiên và tự tin sử dụng chúng trong giao tiếp hàng ngày.

Sách được thiết kế với các chủ đề độc lập với nhau, nên bạn có thể học theo bất cứ trình tự nào. Tuy nhiên, bạn nên dành thời gian tìm hiểu và học hết tất cả các chủ đề khác nhau trong quyển sách này để có được vốn từ phong phú. Hãy khám phá từng trang, từng hình ảnh và từng từ vựng mới. Chúng tôi tin rằng sự kết hợp giữa hình ảnh và từ vựng sẽ mang lại cho bạn một trải nghiệm học tập thú vị và hiệu quả.

Chúc bạn học tập vui vẻ và thành công trong việc học tiếng Anh của mình!

Nhóm biên soạn

CONTENTS

TOPIC 1:	**Personal information** – Thông tin cá nhân	1
TOPIC 2:	**Family members** – Thành viên gia đình	2
TOPIC 3:	**The classroom** – Lớp học	4
TOPIC 4:	**Classroom actions** – Các hoạt động trong lớp học	6
TOPIC 5:	**Prepositions of place** – Giới từ chỉ vị trí	9
TOPIC 6:	**Everyday Activities** – Các hoạt động hằng ngày	10
TOPIC 7:	**Leisure Activities** – Các hoạt động giải trí	12
TOPIC 8:	**Everyday Conversation** – Đàm thoại hằng ngày	13
TOPIC 9:	**The Weather** – Thời tiết	15
TOPIC 10:	**Numbers** – Chữ số	17
TOPIC 11:	**Time** – Thời gian	19
TOPIC 12:	**Money** – Tiền bạc	20
TOPIC 13:	**The Calendar** – Lịch	21
TOPIC 14:	**Time Expressions and Seasons** – Từ ngữ chỉ thời gian và mùa	22
TOPIC 15:	**Types of housing and commuities** – Các kiểu nhà ở và cộng đồng dân cư	24
TOPIC 16:	**The Living Room** – Phòng khách	25
TOPIC 17:	**The Dining Room** – Phòng ăn	27
TOPIC 18:	**The Bedroom** – Phòng ngủ	29
TOPIC 19:	**The Kitchen** – Nhà bếp	31
TOPIC 20:	**The Baby's Room** – Phòng em bé	33
TOPIC 21:	**The Bathroom** – Phòng tắm	35
TOPIC 22:	**Outside the home** – Bên ngoài căn nhà	37
TOPIC 23:	**The Apartment building** – Cao ốc căn hộ	39
TOPIC 24:	**Household problems and repairs** – Những hư hỏng trong nhà và việc sửa chữa	42
TOPIC 25:	**Cleaning your home** – Dọn dẹp nhà cửa	45
TOPIC 26:	**Home supplies** – Vật dụng dự trữ trong gia đình	48
TOPIC 27:	**Tools and hardware** – Dụng cụ và đồ ngũ kim	50
TOPIC 28:	**Gardening Tools and Actions** – Dụng cụ và các hoạt động làm vườn	52

TOPIC 29:	**Places Around Town** - Các địa điểm trên phố	54
TOPIC 30:	**The City** - Thành phố	58
TOPIC 31:	**People and Physical Descriptions** - Người và các miêu tả hình dáng	61
TOPIC 32:	**Describing people and things** - Miêu tả người và đồ vật	64
TOPIC 33:	**Describing Physical States and Emotions** - Miêu tả thể trạng và cảm xúc	67
TOPIC 34:	**Fruits** - Trái cây	69
TOPIC 35:	**Vegetables** - Rau củ	71
TOPIC 36:	**Meat, Poultry, and Seafood** - Thịt gia súc, thịt gia cầm và hải sản	73
TOPIC 37:	**Dairy products, Juices, and Beverages** - Những sản phẩm từ sữa, nước ép trái cây và nước giải khát	76
TOPIC 38:	**Deli, Frozen foods, and Snack foods** - Thức ăn chế biến sẵn, thức ăn đông lạnh, thức ăn vặt	78
TOPIC 39:	**Groceries** - Hàng tạp hóa	80
TOPIC 40:	**Household supplies, baby products and pet food** - Đồ gia dụng, sản phẩm dành cho bé và thức ăn cho thú nuôi	83
TOPIC 41:	**The supermarket** - Siêu thị	85
TOPIC 42:	**Containers and Quantities** - Bao bì và số lượng	87
TOPIC 43:	**Units of Measure** - Đơn vị đo lường	89
TOPIC 44:	**Food Preparation and Recipes** - Chuẩn bị thức ăn và cách nấu ăn	90
TOPIC 45:	**Kitchen Utensils and Cookware** - Đồ dùng nhà bếp và dụng cụ nấu nướng	92
TOPIC 46:	**Fast Food** - Thức ăn nhanh	94
TOPIC 47:	**The Coffee Shop and Sandwiches** - Quán cà phê và các loại bánh sandwich	96
TOPIC 48:	**The Restaurant** - Nhà hàng	98
TOPIC 49:	**A Restaurant Menu** - Thực đơn nhà hàng	101
TOPIC 50:	**Colors** - Màu sắc	103
TOPIC 51:	**Clothing** - Quần áo	104
TOPIC 52:	**Outerwear** - Quần áo khoác ngoài	106
TOPIC 53:	**Sleepwear and Underwear** - Đồ ngủ và đồ lót	108
TOPIC 54:	**Exercise Clothing and Footwear** - Quần áo tập thể dục và giày dép	110
TOPIC 55:	**Jewelry and Accessories** - Đồ trang sức và các phụ kiện	112

TOPIC 56:	**Describing Clothing** - Miêu tả y phục	114
TOPIC 57:	**Clothing Problems and Alterations** - Những vấn đề về quần áo và các chỉnh sửa	117
TOPIC 58:	**Laundry** - Việc giặt giũ	119
TOPIC 59:	**The Department Store** - Cửa hàng bách hóa	121
TOPIC 60:	**Shopping** - Mua sắm	123
TOPIC 61:	**Video and Audio Equipment** - Thiết bị nghe nhìn	124
TOPIC 62:	**Telephones and Cameras** - Điện thoại và máy ảnh	127
TOPIC 63:	**Computers** - Máy tính	129
TOPIC 64:	**The Toy Store** - Cửa hàng đồ chơi	131
TOPIC 65:	**The Bank** - Ngân hàng	134
TOPIC 66:	**Finances** - Tài chính	136
TOPIC 67:	**The Post Office** - Bưu điện	139
TOPIC 68:	**The Library** - Thư viện	141
TOPIC 69:	**Community Institutions** - Các tổ chức cộng đồng	143
TOPIC 70:	**Crime and Emergencies** - Tội phạm và tình trạng khẩn cấp	145
TOPIC 71:	**The Body** - Cơ thể	147
TOPIC 72:	**Ailments, Symtoms, and Injuries** - Bệnh, triệu chứng và chấn thương	150
TOPIC 73:	**First Aid** - Sơ cứu	153
TOPIC 74:	**Medical Emergencies and Illnesses** - Các trường hợp cấp cứu và các căn bệnh	155
TOPIC 75:	**The Medical Exam** - Kiểm tra sức khỏe	157
TOPIC 76:	**Medical and Dental Procedure** - Các qui trình khám chữa bệnh và chữa răng	159
TOPIC 77:	**Medical Advice** - Sự tư vấn của bác sĩ	161
TOPIC 78:	**Medicine** - Thuốc	162
TOPIC 79:	**Medical Specialists** - Chuyên gia y tế	163
TOPIC 80:	**The Hospital** - Bệnh viện	164
TOPIC 81:	**Personal Hygiene** - Vệ sinh cá nhân	166
TOPIC 82:	**Baby Care** - Chăm sóc em bé	170
TOPIC 83:	**Types of Schools** - Các loại trường học	172
TOPIC 84:	**The School** - Trường học	173

TOPIC 85:	**School Subjects** - Các môn học	175
TOPIC 86:	**Extracurricular Activities** - Hoạt động ngoại khóa	177
TOPIC 87:	**Mathematics** - Toán học	178
TOPIC 88:	**Measurements and Geometric Shapes** - Phép đo và các dạng hình học	180
TOPIC 89:	**English Language Arts and Composition** - Văn chương và cách hành văn tiếng Anh	182
TOPIC 90:	**Literature and Writing** - Văn chương và các thể loại văn viết	184
TOPIC 91:	**Geography** - Địa lý	185
TOPIC 92:	**Science** - Khoa học	187
TOPIC 93:	**The Universe** - Vũ trụ	189
TOPIC 94:	**Occupations** - Nghề nghiệp	191
TOPIC 95:	**Job Skills and Activities** - Các kỹ năng và hoạt động trong công việc	196
TOPIC 96:	**Job Search** - Tìm việc	198
TOPIC 97:	**The Workplace** - Nơi làm việc	200
TOPIC 98:	**Office Supplies and Equipment** - Dụng cụ văn phòng	204
TOPIC 99:	**The Factory** - Nhà máy	206
TOPIC 100:	**The Construction Site** - Công trường	208
TOPIC 101:	**Job Safety** - Bảo hộ lao động	210
TOPIC 102:	**Public Transportation** - Phương tiện giao thông công cộng	212
TOPIC 103:	**Types of Vehicles** - Các loại xe	214
TOPIC 104:	**Car parts and maintenance** - Các bộ phận xe hơi và việc bảo dưỡng	216
TOPIC 105:	**Highways and Streets** - Đường cao tốc và đường phố	221
TOPIC 106:	**Prepositions of Motion** - Giới từ chỉ sự chuyển động	223
TOPIC 107:	**Traffic Signs and Directions** - Biển báo và các hướng dẫn giao thông	224
TOPIC 108:	**The Airport** - Sân bay	226
TOPIC 109:	**Airplane Travel** - Đi lại bằng máy bay	229
TOPIC 110:	**The Hotel** - Khách sạn	232
TOPIC 111:	**Hobbies, Crafts, and Games** - Thú tiêu khiển, nghề thủ công và các hoạt động giải trí	234
TOPIC 112:	**Places to go** - Các địa điểm nên đến	238
TOPIC 113:	**The Park and The Playground** - Công viên và sân chơi	240
TOPIC 114:	**The Beach** - Bãi biển	242

TOPIC 115: **Outdoor Recreation** - Giải trí ngoài trời 244

TOPIC 116: **Individual Sports and Recreation** - Các môn thể thao và các trò giải trí cá nhân 246

TOPIC 117: **Team Sports** - Các môn thể thao đồng đội 250

TOPIC 118: **Team Sports Equipment** - Dụng cụ trong các môn thể thao đồng đội 252

TOPIC 119: **Winter Sports and Recreation** - Các trò giải trí và các môn thể thao mùa đông 254

TOPIC 120: **Water Sports and Recreation** - Các trò giải trí và các môn thể thao dưới nước 256

TOPIC 121: **Sport and Exercise Actions** - Các động tác trong thể dục thể thao 259

TOPIC 122: **Entertainment** - Giải trí 261

TOPIC 123: **Types of Entertainment** - Các loại hình giải trí 263

TOPIC 124: **Musical Instruments** - Nhạc cụ 266

TOPIC 125: **The Farm and Farm Animals** - Nông trại và gia súc 268

TOPIC 126: **Animals and Pets** - Thú rừng và thú nuôi 270

TOPIC 127: **Birds and Insects** - Chim chóc và côn trùng 274

TOPIC 128: **Fish, Sea Animals, and Reptiles** - Cá, động vật biển và các loại bò sát 277

TOPIC 129: **Trees, Plants, and Flowers** - Cây, cây cảnh và hoa 280

TOPIC 130: **Energy, Conservation, and Environment** - Năng lượng, sự bảo toàn năng lượng và môi trường 284

TOPIC 131: **Natural Disasters** - Thiên tai 286

TOPIC 132: **Forms of Identification** - Các loại giấy tờ tùy thân 287

TOPIC 133: **U.S. Government** - Chính phủ Mỹ 288

TOPIC 134: **The Constitution and The Bill of Rights** - Hiến pháp và tuyên ngôn nhân quyền 290

TOPIC 135: **Holidays** - Các ngày lễ 292

TOPIC 136: **The Legal System** - Hệ thống luật pháp 293

TOPIC 137: **Citizenship** - Quyền/Nghĩa vụ công dân 295

TOPIC 138: **Types of Travel** - Các hình thức du lịch 297

TOPIC 139: **Arriving at a Destination** - Đến nơi 298

TOPIC 140: **Hotel Communication** - Sự liên lạc trong khách sạn 299

TOPIC 141: **Tourist Activities** - Các hoạt động du lịch 301

TOPIC 142: **Tourist Communication** - Giao tiếp của du khách 303

TOPIC 1: Personal information – *Thông tin cá nhân*

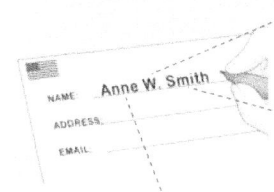

³ middle initial ['mɪdl ɪ'nɪʃl]
tên đệm

⁴ last name/family name/surname [lɑst neɪm/'fæməli neɪm/'sɜːneɪm]
họ

⁶ address [ə'dres]
địa chỉ

¹ name [neɪm]
tên

² first name [fɜːst neɪm]
họ tên

⁵ street [striːt]
tên đường

⁷ street number [striːt 'nʌmbə(r)]
số nhà

⁸ state [steɪt]
bang (ở Mỹ)

¹² area code ['eərɪə kəʊd]
mã số vùng

⁹ apartment number [ə'pɑːtmənt 'nʌmbə(r)]
số phòng

¹⁰ city ['sɪti]
thành phố

¹¹ zip code ['zɪp kəʊd]
mã số bưu điện

¹³ telephone number ['telɪfəʊn nʌmbə(r)]
phone number ['fəʊn nʌmbə(r)]
số điện thoại

¹⁴ cell phone number [sel 'fəʊn nʌmbə(r)]
số điện thoại di động

¹⁵ e-mail address ['iːmeɪl ə'dres]
địa chỉ thư điện tử

¹⁶ social security number [,səʊʃl sɪ'kjʊərəti nʌmbə(r)]
số an sinh xã hội

¹⁷ sex [seks]
giới tính

¹⁸ date of birth [deɪt əv bɜːθ]
ngày sinh

¹⁹ place of birth [pleɪs əv bɜːθ]
nơi sinh

TOPIC 2

Family member – *Thành viên gia đình*

1. father-in-law
   ['fɑːðər ɪn ˌlɔː]
   bố chồng / bố vợ

2. mother-in-law
   ['mʌðər ɪn ˌlɔː]
   mẹ chồng / mẹ vợ

3. sister-in-law
   ['sɪstər ɪn ˌlɔː]
   chị/em dâu

4. brother-in-law
   ['brʌðər ɪn ˌlɔː]
   anh/em chồng

5. husband
   ['hʌzbənd]
   chồng

6. wife
   [waɪf]
   vợ

7. son-in-law
   ['sʌn ɪn ˌlɔː]
   con rể

8. daughter
   ['dɔːtə]
   con gái

9. son
   [sʌn]
   con trai

10. grandson
    ['grænsʌn]
    cháu trai

11. granddaughter
    ['grændɔːtə(r)]
    cháu gái

12 grandfather
['grænfɑːðə(r)]
ông nội / ông ngoại

13 grandmother
['grænmʌðə(r)]
bà nội / bà ngoại

14 mother
['mʌðə(r)]
mẹ

15 father
['fɑːðə(r)]
cha

16 aunt [ɑːnt]
bác, dì, cô

17 uncle ['ʌŋkl]
chú, bác, dượng

18 sister
['sɪstə]
chị/em gái

19 brother
['brʌðə(r)]
anh/em trai

20 cousin
['kʌzn]
chị/em họ

21 niece
[niːs]
cháu gái

22 nephew
['nefjuː]
cháu trai

23 relative ['relətɪv] ♦ *họ hàng*
24 grandparents ['grænpeərənts]
   ♦ *ông bà nội/ngoại*
25 parents ['peərənts] ♦ *cha mẹ*
26 children [ˈchildrən] ♦ *trẻ con*
27 baby ['beɪbi] ♦ *em bé*
28 siblings ['sɪblɪŋz] ♦ *anh chị em ruột*
29 married couple [ˌmærid 'kʌpl] ♦ *vợ chồng*
30 ancestor ['ænsestə(r)] ♦ *tổ tiên*
31 single ['sɪŋgl] ♦ *độc thân*
32 married ['mærid] ♦ *đã kết hôn*
33 divorced [dɪ'vɔːst] ♦ *đã ly hôn*
34 engaged [ɪn'geɪdʒd] ♦ *đã đính hôn*
35 widowed ['wɪdəʊd] ♦ *góa vợ/chồng*

TOPIC 3 — The classroom – *Lớp học*

¹ teacher ['tiːtʃə] *giáo viên*
² teacher's aide ['tiːtʃə eɪd] *trợ giảng*
³ student ['stjuːdnt] *học sinh*
⁴ desk [desk] *bàn học*

⁵ seat/chair [siːt/tʃeə(r)] *ghế*
⁶ table ['teɪbl] *bàn*
⁷ computer [kəm'pjuːtə(r)] *máy vi tính*
⁸ overhead projector [ˌəʊvəhed prə'dʒektə(r)] *máy chiếu từ bên trên*

 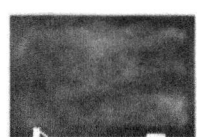  

⁹ screen [skriːn] *màn chiếu*
¹⁰ chalkboard/board ['tʃɔːkbɔːd/bɔːd] *bảng đen*
¹¹ clock [klɒk] *đồng hồ*
¹² map [mæp] *bản đồ*

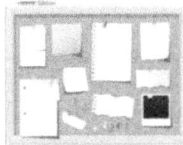   

¹³ bulletin board ['bʊlətɪn bɔːd] *bản thông báo*
¹⁴ P.A. system / loudspeaker [piː eɪ 'sɪstəm/ˌlaʊd'spiːkə(r)] *loa*
¹⁵ whiteboard/board ['waɪtbɔːd/bɔːd] *bảng trắng*
¹⁶ globe [ɡləʊb] *quả địa cầu*

¹⁷ bookcase/bookshelf ['bʊkkeɪs/'bʊkʃelf] *kệ sách*

¹⁸ teacher's desk ['ti:tʃə desk] *bàn giáo viên*

¹⁹ wastebasket ['weɪstbɑ:skɪt] *thùng rác*

²⁰ pen [pen] *viết*

²¹ pencil ['pensl] *viết chì*

²² eraser [ɪ'reɪzə] *gôm*

²³ pencil sharpener ['pensl ʃɑ:pnə(r)] *đồ gọt viết chì*

²⁴ book/textbook [bʊk/'tekstbʊk] *sách giáo khoa*

²⁵ workbook ['wɜ:kbʊk] *sách bài tập*

²⁶ spiral notebook ['spaɪrəl 'nəʊtbʊk] *tập có gáy bằng lò xo*

²⁷ binder/notebook ['baɪndə(r) 'nəʊtbʊk] *tập có bìa rời*

²⁸ notebook paper ['nəʊtbʊk 'peɪpər] *giấy viết ghi chú*

²⁹ graph paper ['græf peɪpər] *giấy kẻ*

³⁰ ruler ['ru:lə(r)] *thước*

³¹ calculator ['kælkjuleɪtə(r)] *máy tính bỏ túi*

³² chalk [tʃɔ:k] *phấn viết*

  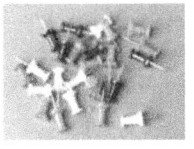 

³³ eraser [ɪ'reɪzər] *đồ lau bảng*

³⁴ marker ['mɑ:kər] *bút lông*

³⁵ thumbtack ['θʌmtæk] *đinh ghim*

³⁶ keyboard ['ki:bɔ:d] *bàn phím*

TOPIC 4 — Classroom actions – *Các hoạt động trong lớp học*

¹ Say your name [seɪ jɔːr neɪm] *Nói tên*
² Write your name [raɪt jɔːr neɪm] *Ghi tên*
³ Sign your name [saɪn jɔːr neɪm] *Ký tên*
⁴ Stand up [ˈstænd ʌp] *Đứng lên*

⁸ Go to the board [ˈgəʊ tuː ðə bɔːd] *Đi lên bảng*
⁷ Write on the board [raɪt ɒn ðə bɔːd] *Viết lên bảng*
⁶ Erase the board [ɪˈreɪz ðə bɔːd] *Xóa bảng*
⁵ Sit down [sɪt daʊn] *Ngồi xuống*

⁹ Open your book [ˈəʊpən jɔːr bʊk] *Mở sách ra*
¹⁰ Close your book [kləʊz jɔːr bʊk] *Gấp sách lại*
¹¹ Put away your book [pʊt əˈweɪ jɔːr bʊk] *Cất sách đi*
¹² Raise your hand [reɪz jɔːr hænd] *Giơ tay lên*

¹⁶ Ask a question [ɑːsk ə ˈkwestʃən] *Đặt câu hỏi*
¹⁵ Listen to the question [ˈlɪsn tuː ðə ˈkwestʃən] *Lắng nghe câu hỏi*
¹⁴ Answer the question [ˈɑːnsər ðə ˈkwestʃən] *Trả lời câu hỏi*
¹³ Do your homework [duː jɔːr ˈhəʊmwɜːk] *Làm bài tập về nhà*

17 Go over the answers
[gəʊ ˈəʊvər ðə ˈɑːnsə(s)]
Xem lại câu trả lời

18 Correct your mistakes
[kəˈrekt jɔːr mɪˈsteɪks]
Sửa lỗi

19 Hand in your homework
[hænd ɪn jɔːr ˈhəʊmwɜːk]
Nộp bài tập về nhà

23 Share a book
[ʃeər ə bʊk]
Dùng chung sách

22 Discuss the question
[dɪˈskʌs ðə ˈkwestʃən]
Thảo luận câu hỏi

21 Help each other
[help iːtʃ ˈʌðə(r)]
Giúp đỡ lẫn nhau

20 Work together
[wɜːk təˈgeðə(r)]
Cùng làm việc

24 Share with the class
[ʃeər wɪð ðə klɑːs]
Trình bày trước lớp

25 Look in the dictionary
[lʊk ɪn ðə ˈdɪkʃənri]
Tra từ điển

26 Pronounce the word
[prəˈnaʊns ðə wɜːd]
Phát âm từ

30 Read the definition
[riːd ðə ˌdefɪˈnɪʃn]
Đọc định nghĩa

29 Copy the word
[ˈkɒpi ðə wɜːd]
Chép lại từ

28 Work alone
[wɜːd əˈləʊn]
Học một mình

27 Work with a partner
[wɜːd wɪθ ə ˈpɑːtnər]
Học theo cặp

31 Break up into small groups
[breɪk ʌp ˈɪntuː smɔːl gruːps]
Phân thành những nhóm nhỏ

32 Work in a group
[wɜːd ɪn ə gruːp]
Học theo nhóm

33 Work as a class
[wɜːd æz ə klɑːs]
Cả lớp cùng học

³⁴ Lower the shades
['loʊər ðə ʃeɪd]
Hạ mành cửa sổ xuống

³⁵ Turn off the lights
[tɜːn ɒf ðə laɪt]
Tắt đèn

³⁶ Look at the screen
[lʊk ət ðə skriːn]
Nhìn lên màn hình

³⁷ Take notes
[teɪk noʊt]
Ghi chú

³⁸ Take out a piece of paper
[teɪk aʊt ə piːs əv 'peɪpər]
Rút ra một tờ giấy

³⁹ Pass out the tests
[pɑːs aʊt ðə test]
Phát đề kiểm tra

⁴⁰ Answer the questions
[ˌɑːnsər ðə 'kwestʃən]
Trả lời câu hỏi

⁴¹ Collect the tests
[kə'lekt ðə test]
Thu bài kiểm tra

⁴² Choose the correct answer
[tʃuːz ðə kə'rekt 'ɑːnsər]
Chọn câu trả lời đúng

⁴³ Circle the correct answer
['sɜːkl ðə kə'rekt 'ɑːnsər]
Khoanh tròn câu trả lời đúng

  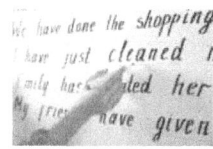 

⁴⁴ Fill in the blank
[fɪl ɪn ðə blæŋk]
Điền vào chỗ trống

⁴⁵ Match the words
[mætʃ ðə wɜːd]
Ghép từ

⁴⁶ Underline the word
[ˌʌndə'laɪn ðə wɜːd]
Gạch dưới từ

⁴⁷ Cross out the word
[krɒs aʊt ðə wɜːd]
Gạch chéo từ

 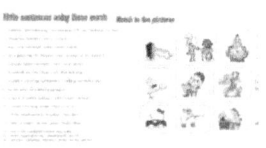 

⁴⁸ Unscramble the word
[ˌʌn'skræmbl ðə wɜːd]
Sắp xếp các mẫu tự thành từ đúng

⁴⁹ Put the words in order
[pʊt ðə wɜːd ɪn 'ɔːdər]
Sắp xếp từ đúng trật tự

⁵⁰ Write on a separate sheet of paper
[raɪt ɒn ə 'seprət ʃiːt əv 'peɪpər]
Viết vào một tờ giấy khác

TOPIC 5
Prepositions of place – *Giới từ chỉ vị trí*

¹ above
[əˈbʌv]
phía trên

² below
[bɪˈləʊ]
phía dưới

³ on
[ɒn]
trên

⁴ under
[ˈʌndə(r)]
dưới

⁵ next to
[nekst tu]
bên cạnh

⁶ to the left of
[tuː ðə left əv]
bên trái của

⁷ between
[bɪˈtwiːn]
ở giữa

⁸ in front of
[ɪn ˈfrʌnt əv]
phía trước

⁹ behind
[bɪˈhaɪnd]
phía sau

¹⁰ in
[ɪn]
bên trong

¹¹ to the right of
[tuː ðə raɪt əv]
bên phải của

TOPIC 6 — Everyday Activities – *Các hoạt động hằng ngày*

¹ get up
['get ʌp]
thức dậy

² take a shower
[teɪk ə 'ʃaʊər]
tắm vòi sen

³ brush my teeth
[brʌʃ maɪ ti:θ]
đánh răng

⁴ shave
[ʃeɪv]
cạo râu

⁵ get dressed
[get drest]
mặc quần áo

⁶ wash my face
[wɒʃ maɪ feɪs]
rửa mặt

⁷ put on makeup
[pʊt ɒn 'meɪk ʌp]
trang điểm

⁸ brush my hair
[brʌʃ maɪ heər]
chải tóc

⁹ make the bed
[meɪk ðə bed]
dọn giường

¹⁰ get undressed
['get ʌn'drest]
cởi quần áo

¹¹ take a bath
[teɪk ə bɑ:θ]
đi tắm

¹² go to bed
[gəʊ tu bed]
đi ngủ

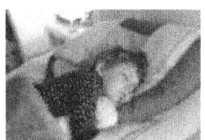
¹³ sleep
[sli:p]
ngủ

¹⁴ make breakfast
[meɪk 'brekfəst]
làm/nấu bữa sáng

¹⁵ make lunch
[meɪk lʌntʃ]
làm/nấu bữa trưa

¹⁶ eat/have breakfast
[i:t/həv 'brekfəst]
ăn sáng/ăn điểm tâm

17 clean the apartment/clean the house
[kli:n ði: əˈpɑːtmənt/kli:n ðə haʊs]
lau dọn nhà cửa

18 wash the dishes
[wɒʃ ðə dɪʃ]
rửa chén

19 do the laundry
[du ðə ˈlɔːndri]
giặt đồ

20 iron [ˈaɪən]
ủi đồ

21 feed the baby
[fi:d ðə ˈbeɪbi]
cho em bé ăn

22 feed the cat
[fi:d ðə kæt]
cho mèo ăn

23 walk the dog
[wɔ:k ðə dɒg]
dắt chó đi dạo

24 study [ˈstʌdi]
học

25 go to work
[gəʊ tu wɜːk]
đi làm

26 go to school
[gəʊ tu sku:l]
đi học

27 drive to work
[draɪv tu wɜːk]
lái xe đi làm

28 take the bus to school
[teɪk ðə bʌs tu sku:l]
đón xe buýt đi học

29 work [wɜːk]
làm việc

30 leave work
[li:v wɜːk]
tan sở

31 go to the store
[gəʊ tu ðə stɔ:r]
đến cửa hàng

32 come home/get home
[kʌm həʊm/get həʊm]
về nhà

33 have dinner
[həv ˈdɪnə(r)]
ăn tối

TOPIC 7 — Leisure Activities – *Các hoạt động giải trí*

1. watch TV
[wɒtʃ ˌtiː ˈviː]
xem tivi

2. listen to the radio
[ˈlɪsn tu ðə ˈreɪdiəʊ]
nghe radio

3. listen to music
[ˈlɪsn tu ˈmjuːzɪk]
nghe nhạc

4. read a book
[riːd ə bʊk]
đọc sách

5. read the newspaper
[riːd ðə ˈnjuːzpeɪpə(r)]
đọc báo

6. play [pleɪ]
chơi đùa

7. play cards
[pleɪ kɑːdz]
chơi bài

8. play basketball
[pleɪ ˈbɑːskɪtbɔːl]
chơi bóng rổ

9. play the guitar
[pleɪ ðə ɡɪˈtɑː(r)]
chơi ghi-ta

10. practice the piano
[ˈpræktɪs ðə piˈænəʊ]
tập pianô

11. exercise
[ˈeksəsaɪz]
tập thể dục

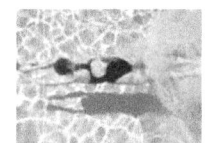
12. swim [swɪm]
bơi

13. plant flowers
[plɑːnt ˈflaʊə(r)z]
trồng hoa

14. use the computer
[juːz ðə kəmˈpjuːtə(r)]
sử dụng máy vi tính

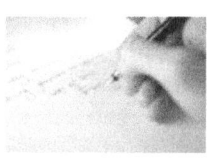
15. write a letter
[raɪt ə ˈletər]
viết thư

16. relax [rɪˈlæks]
nghỉ ngơi, thư giãn

TOPIC 8 — Everyday Conversation – Đàm thoại hằng ngày

1. Hello/Hi
[hə'ləʊ/haɪ]
Xin chào

2. Good morning
[gʊd 'mɔːnɪŋ]
Chào (buổi sáng)

3. Good afternoon
[gʊd ˌɑːftə'nuːn]
Chào (buổi trưa)

4. Good evening
[gʊd 'iːvnɪŋ]
Chào (buổi tối)

5. How are you?/How are you doing?
[haʊ ə(r) juː?/ haʊ ə(r) ju 'duːɪŋ?]
Bạn khỏe không?

6. What's new?/What's new with you?
[wɒt(s) njuː/wɒt(s) njuː wɪð ju]
Có gì mới không?

 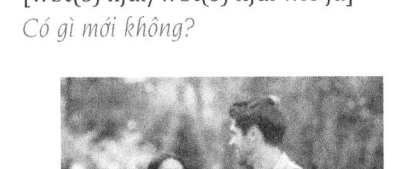 

7. Fine/Fine, thanks/Okay
[faɪn/faɪn, θæŋks/ əʊ'keɪ]
Khỏe./Khỏe, cảm ơn./ Ổn.

8. Not much/Not too much
[nɒt mʌtʃ/nɒt tuː mʌtʃ]
Không gì nhiều.

9. See you later/See you soon
[siː ju 'leɪtə(r)/siː ju suːn]
Hẹn gặp lại

10. Good-bye/Bye
[ˌgʊd'baɪ/baɪ]
Tạm biệt

11. Good night
[ˌgʊd'naɪt]
Chúc ngủ ngon

12. Nice to meet you, too
[naɪs tu miːt juː tuː]
Tôi cũng rất vui được gặp bạn

13. Hello. My name is Peter./Hi. I'm David.
[hə'ləʊ. maɪ neɪm ɪz 'piːtə / haɪ aɪm 'deɪvɪd]
Chào, tên tôi là Peter. / Chào, tôi là David.

14. Nice to meet you
[naɪs tu miːt juː]
Rất vui được gặp bạn

¹⁵ I'd like you to introduce my husband./ This is my husband.
[aɪd laɪk ju: tu ˌɪntrəˈdju:s maɪ ˈhʌbənd / ðɪs ɪz maɪ ˈhʌbənd]
Tôi muốn giới thiệu chồng tôi. / Đây là chồng tôi.

¹⁶ Excuse me
[ɪkˈskju:s mi]
Xin lỗi

¹⁷ May I ask a question?
[meɪ aɪ ɑ:sk ə ˈkwestʃən]
Tôi có thể hỏi một câu không?

¹⁹ You're welcome
[jʊə(r) ˈwelkəm]
Không có gì

²⁰ Thank you/Thanks
[θæŋk ju/θæŋk(s)]
Cảm ơn

²¹ I don't understand
[aɪ dəʊnt ˌʌndəˈstænd]
Tôi không hiểu

¹⁸ Sorry. I don't understand
[ˈsɒri aɪ dəʊnt ˌʌndəˈstænd]
Xin lỗi. Tôi không hiểu.

²² Can you please repeat that?
[kən ju pli:z rɪˈpi:t ðæt]
Bạn có thể nói lại không?

²³ Hello. This is Billy.
[həˈləʊ ðɪs ɪz ˈbɪli]
Xin chào. Tôi là Billy.

²⁴ May I please speak to Jane?
[meɪ aɪ pli:z spi:k tu: dʒeɪn]
Vui lòng cho tôi nói chuyện với Jane?

²⁵ Yes. Hold on a moment.
[jes həʊld ɒn ə ˈməʊmənt]
Vâng, chờ một chút.

²⁶ I'm sorry. Jane isn't here right now.
[aɪm ˈsɒri. dʒeɪn ˈɪznt hɪə(r) raɪt naʊ]
Tôi xin lỗi, Jane hiện không ở đây.

TOPIC 9: The Weather – *Thời tiết*

1. weather ['weðə(r)]
   thời tiết

2. sunny ['sʌni]
   có nắng

3. cloudy ['klaʊdi]
   nhiều mây; u ám

4. clear [klɪə(r)]
   quang đãng

5. hazy ['heɪzi]
   mờ sương

6. foggy ['fɒgi]
   mù sương

7. smoggy ['smɒgi]
   đầy sương khói

8. windy ['wɪndi]
   có gió

9. humid/muggy ['hjuːmɪd/'mʌgi]
   ẩm ướt/oi bức

10. raining [reɪnɪŋ]
    đang mưa

11. drizzling ['drɪzlɪŋ]
    đang mưa phùn

12. snowing [snəʊɪŋ]
    tuyết đang rơi

13. hailing [heɪlɪŋ]
    đang mưa đá

14. sleeting [sliːtɪŋ]
    đang mưa tuyết

15. lightning ['laɪtnɪŋ]
    sấm sét

16. thunderstorm ['θʌndəstɔːm]
    bão có sấm sét

17. snowstorm ['snəʊstɔːm]
    bão tuyết

18. dust storm ['dʌst stɔːm]
    bão cát

19. heat wave ['hiːtweɪv]
    đợt nóng

²⁰ Temperature
['temprətʃə(r)]
Nhiệt độ

²¹ Fahrenheit
['færənhaɪt]
độ F

²² hot [hɒt]
nóng

²³ warm
[wɔːm]
ấm áp

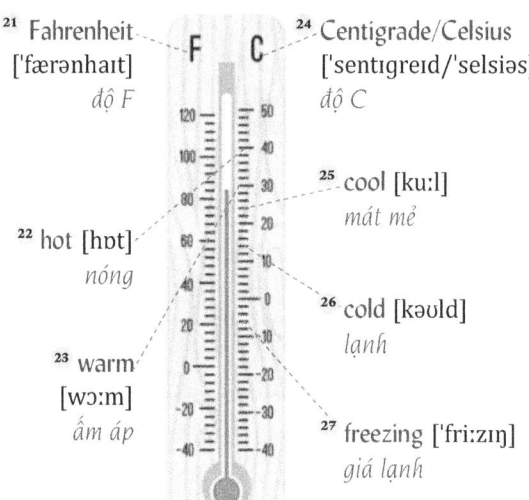

²⁴ Centigrade/Celsius
['sentɪgreɪd/'selsiəs]
độ C

²⁵ cool [kuːl]
mát mẻ

²⁶ cold [kəʊld]
lạnh

²⁷ freezing ['friːzɪŋ]
giá lạnh

²⁸ thermometer
[θə'mɒmɪtə(r)]
nhiệt kế

²⁹ sultry ['sʌltri]
oi bức, ngột ngạt

³⁰ overcast
[,əʊvə'kɑːst]
u ám

³¹ wintry
['wɪntri]
lạnh lẽo

³² inclement
[ɪn'klemənt]
khắc nghiệt

³³ drought
[draʊt]
hạn hán

³⁴ flood
[flʌd]
lũ

TOPIC 10 — Numbers – Chữ số

Cardinal Numbers – Số đếm

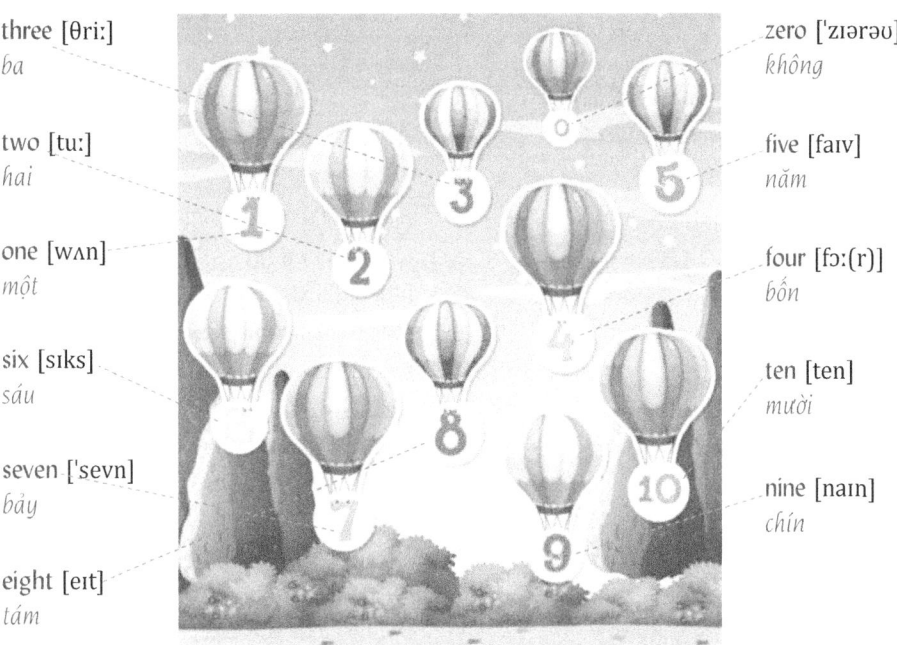

three [θri:] — ba
two [tu:] — hai
one [wʌn] — một
six [sɪks] — sáu
seven ['sevn] — bảy
eight [eɪt] — tám
zero ['zɪərəʊ] — không
five [faɪv] — năm
four [fɔ:(r)] — bốn
ten [ten] — mười
nine [naɪn] — chín

eleven [ɪ'levn] ♦ mười một
twelve [twelv] ♦ mười hai
thirteen [,θɜ:'ti:n] ♦ mười ba
fourteen [,fɔ:'ti:n] ♦ mười bốn
fifteen [,fɪf'ti:n] ♦ mười lăm
sixteen [,sɪks'ti:n] ♦ mười sáu
seventeen [,sevn'ti:n] ♦ mười bảy
eighteen [,eɪ'ti:n] ♦ mười tám
nineteen [,naɪn'ti:n] ♦ mười chín
twenty ['twenti] ♦ hai mươi
twenty-one [,twenti 'wʌn] ♦ hai mươi mốt
twenty-two [,twenti 'tu:] ♦ hai mươi hai
thirty ['θɜ:ti] ♦ ba mươi
forty ['fɔ:ti] ♦ bốn mươi
fifty ['fɪfti] ♦ năm mươi

sixty ['sɪksti] ♦ sáu mươi
seventy ['sevnti] ♦ bảy mươi
eighty ['eɪti] ♦ tám mươi
ninety ['naɪnti] ♦ chín mươi
one hundred [,wʌn 'hʌndrəd] ♦ một trăm
one hundred (and) one [,wʌn 'hʌndrəd (ən) ,wʌn] ♦ một trăm lẻ một
one hundred (and) two [,wʌn 'hʌndrəd (ən) ,tu:] ♦ một trăm lẻ hai
one thousand [,wʌn 'θaʊznd] ♦ một ngàn
ten thousand [,ten 'θaʊznd] ♦ mười ngàn
one hundred thousand [wʌn ,hʌndrəd 'θaʊznd] ♦ một trăm ngàn
one million [wʌn 'mɪljən] ♦ một triệu
one billion [wʌn 'bɪljən] ♦ một tỷ

Ordinal Numbers – *Số thứ tự*

first [fɜːst] ♦ *thứ nhất*
second ['sekənd] ♦ *thứ nhì/hai*
third [θɜːd] ♦ *thứ ba*
fourth [fɔːθ] ♦ *thứ tư*
fifth [fɪfθ] ♦ *thứ năm*
sixth [sɪksθ] ♦ *thứ sáu*
seventh ['sevnθ] ♦ *thứ bảy*
eighth [eɪtθ] ♦ *thứ tám*
ninth [naɪnθ] ♦ *thứ chín*
tenth [tenθ] ♦ *thứ mười*
eleventh [ɪ'levnθ] ♦ *thứ mười một*
twelfth [twelfθ] ♦ *thứ mười hai*
thirteenth [ˌθɜː'tiːnθ] ♦ *thứ mười ba*
fourteenth [ˌfɔː'tiːnθ] ♦ *thứ mười bốn*
fifteenth [ˌfɪf'tiːnθ] ♦ *thứ mười lăm*
sixteenth [ˌsɪks'tiːnθ] ♦ *thứ mười sáu*
seventeenth [ˌsevn'tiːnθ] ♦ *thứ mười bảy*
eighteenth [ˌeɪ'tiːnθ] ♦ *thứ mười tám*
nineteenth [ˌnaɪn'tiːnθ] ♦ *thứ mười chín*
twentieth ['twentiəθ] ♦ *thứ hai mươi*
twenty-first [ˌtwenti 'fɜːst] ♦ *thứ hai mươi mốt*
twenty-second [ˌtwenti 'sekənd] ♦ *thứ hai mươi hai*
thirtieth ['θɜːtiəθ] ♦ *thứ ba mươi*
fortieth ['fɔːtiəθ] ♦ *thứ bốn mươi*
fiftieth ['fɪftiəθ] ♦ *thứ năm mươi*
sixtieth ['sɪkstiəθ] ♦ *thứ sáu mươi*
seventieth ['sevntiəθ] ♦ *thứ bảy mươi*
eightieth ['eɪtiəθ] ♦ *thứ tám mươi*
ninetieth ['naɪntiəθ] ♦ *thứ chín mươi*
one hundredth [ˌwʌn 'hʌndrədθ] ♦ *thứ một trăm*
one hundred (and) first [ˌwʌn 'hʌndrəd (ən) 'fɜːst] ♦ *thứ một trăm lẻ một*
one hundred (and) second [ˌwʌn 'hʌndrəd (ən) 'sekənd] ♦ *thứ một trăm lẻ hai*
one thousandth [ˌwʌn 'θaʊznθ] ♦ *thứ một ngàn*
ten thousandth [ˌten 'θaʊznθ] ♦ *thứ mười ngàn*
one hundred thousandth [wʌn ˌhʌndrəd 'θaʊznθ] ♦ *thứ một trăm ngàn*
one millionth [wʌn 'mɪljənθ] ♦ *thứ một triệu*
one billionth [wʌn 'bɪljənθ] ♦ *thứ một tỷ*
penultimate [pə'nʌltɪmət] ♦ *thứ áp chót*
last [lɑːst] ♦ *thứ cuối cùng*

TOPIC 11 — Time – *Thời gian*

1 two o'clock
[tuː əˈklɒk]
hai giờ

2 two fifteen / a quarter after two
[tuː ˌfɪfˈtiːn] / [ə ˈkwɔːtə(r) ˈɑːftə(r) tuː]
hai giờ mười lăm

3 two thirty
[tuː ˈθɜːti]

4 half past two
[hɑːf pɑːst tuː]
hai giờ rưỡi

5 two forty-five
[tuː ˌfɔːti ˈfaɪv]

6 a quarter to three
[ə ˈkwɔːtə(r) tu θriː]
hai giờ bốn mươi lăm

7 two oh five
[tuː əʊ ˈfaɪv]
hai giờ năm phút

8 two twenty
[tuː ˈtwenti]

9 twenty after two
[ˌtwenti ˈɑːftə(r) tuː]
hai giờ hai mươi

10 two forty
[tuː ˈfɔːti]

11 twenty to three
[ˈtwenti tu θriː]
*hai giờ bốn mươi /
ba giờ kém hai mươi*

12 two fifty-five
[tuː ˌfɪfti ˈfaɪv]

13 five to three
[ˈfaɪv tu θriː]
*hai giờ bốn mươi lăm /
ba giờ kém năm*

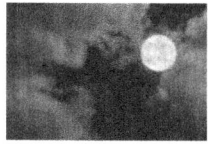

14 midnight
[ˈmɪdnaɪt]
nửa đêm

15 dawn [dɔːn]
bình minh

16 midday [ˌmɪdˈdeɪ]
giữa trưa

17 dusk [dʌsk]
hoàng hôn

TOPIC 12 — Money – *Tiền bạc*

¹ Coins – *Tiền xu*

² one cent [wʌn sent]
một cent

³ five cents [faɪv sent]
năm cent

⁴ ten cents [ten sent]
mười cent

⁵ twenty-five cents
[ˌtwenti 'faɪv sent]
hai mươi lăm cent

⁶ fifty cents
['fɪfti sent]
năm mươi cent

⁷ one dollar
[ˌwʌn 'dɒlə(r)]
một đô-la

⁸ Currency – *Tiền giấy*

⁹ (one-) dollar bill
[ˌwʌn 'dɒlə(r) bɪl]
tờ một đôla

¹⁰ five-dollar bill
[faɪv 'dɒlə(r) bɪl]
tờ năm đôla

¹¹ ten-dollar bill
[ten 'dɒlə(r) bɪl]
tờ mười đôla

¹² twenty-dollar bill
['twenti 'dɒlə(r) bɪl]
tờ hai mươi đôla

¹³ fifty-dollar bill
['fɪfti 'dɒlə(r) bɪl]
tờ năm mươi đôla

¹⁴ (one-) hundred dollar bill
[(wʌ–) 'hʌndrəd 'dɒlə(r) bɪl]
tờ một trăm đôla

TOPIC 13 — The Calendar – *Lịch*

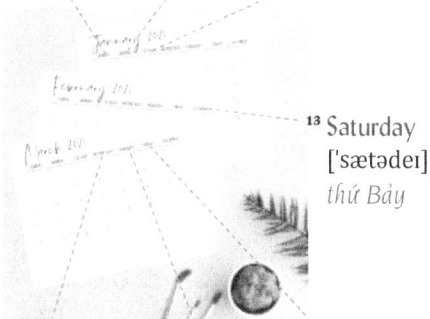

¹ year [jɪər] — *năm*

² month [mʌnθ] — *tháng*

³ day [deɪ] — *ngày*

⁴ week [wiːk] — *tuần*

⁵ Days of the Week [deɪ əv ðə wiːk] — *ngày trong tuần*

⁶ weekend [ˌwiːkˈend] — *cuối tuần*

⁷ Sunday [ˈsʌndeɪ] — *Chủ nhật*

⁸ Monday [ˈmʌndeɪ] — *thứ Hai*

⁹ Tuesday [ˈtjuːzdeɪ] — *thứ Ba*

¹⁰ Wednesday [ˈwenzdeɪ] — *thứ Tư*

¹¹ Thursday [ˈθɜːzdeɪ] — *thứ Năm*

¹² Friday [ˈfraɪdeɪ] — *thứ Sáu*

¹³ Saturday [ˈsætədeɪ] — *thứ Bảy*

---

¹⁴ Months of the Year [mʌnθs əv ðə jɪər] ♦ *Tháng trong năm*

¹⁵ January [ˈdʒænjuəri] ♦ *tháng Một*

¹⁶ February [ˈfebruəri] ♦ *tháng Hai*

¹⁷ March [mɑːtʃ] ♦ *tháng Ba*

¹⁸ April [ˈeɪprəl] ♦ *tháng Tư*

¹⁹ May [meɪ] ♦ *tháng Năm*

²⁰ June [dʒuːn] ♦ *tháng Sáu*

²¹ July [dʒuˈlaɪ] ♦ *tháng Bảy*

²² August [ɔːˈgʌst] ♦ *tháng Tám*

²³ September [sepˈtembə(r)] ♦ *tháng Chín*

²⁴ October [ɒkˈtəʊbər] ♦ *tháng Mười*

²⁵ November [nəʊˈvembə(r)] ♦ *tháng Mười một*

²⁶ December [dɪˈsembə(r)] ♦ *tháng Mười hai*

²⁷ January 3, 2012 [ˈdʒænjuəri θɜːd tuː ˈθaʊznd twelv] — *Ngày 3 tháng 1 năm 2012*

²⁸ birthday [ˈbɜːθdeɪ] — *sinh nhật*

²⁹ anniversary [ˌænɪˈvɜːsəri] — *lễ kỷ niệm*

³⁰ appointment [əˈpɔɪntmənt] — *cuộc hẹn*

TOPIC 14 — Time Expressions and Seasons – *Từ ngữ chỉ thời gian và mùa*

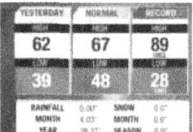

1. yesterday ['jestədeɪ] *hôm qua*
2. today [tə'deɪ] *hôm nay*
3. tomorrow [tə'mɒrəʊ] *ngày mai*
4. morning ['mɔːnɪŋ] *buổi sáng*

5. afternoon [ˌɑːftə'nuːn] *buổi chiều*
6. evening ['iːvnɪŋ] *buổi tối*
7. night [naɪt] *đêm*
8. yesterday morning ['jestədeɪ 'mɔːnɪŋ] *sáng hôm qua*

9. yesterday afternoon ['jestədeɪ ˌɑːftə'nuːn] *chiều hôm qua*
10. yesterday evening ['jestədeɪ 'iːvnɪŋ] *tối hôm qua*
11. last night [lɑːst naɪt] *đêm qua*
12. this morning [ðɪs 'mɔːnɪŋ] *sáng nay*

13. this afternoon [ðɪs ˌɑːftə'nuːn] *chiều nay*
14. this evening [ðɪs 'iːvnɪŋ]
15. tonight [tə'naɪt] *tối nay*
16. tomorrow morning [tə'mɒrəʊ 'mɔːnɪŋ] *sáng mai*
17. tomorrow afternoon [tə'mɒrəʊ ˌɑːftə'nuːn] *chiều mai*

 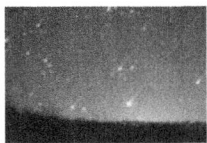 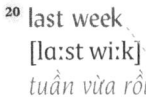 

¹⁸ tomorrow evening
[tə'mɒrəʊ 'i:vnɪŋ]
tối mai

¹⁹ tomorrow night
[tə'mɒrəʊ naɪt]
đêm mai

²⁰ last week
[lɑ:st wi:k]
tuần vừa rồi

²¹ this week
[ðɪs wi:k]
tuần này

²² next week
[nekst wi:k]
tuần tới

 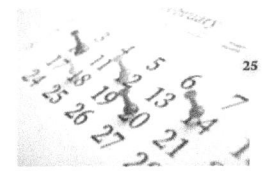

²³ once a week
[wʌns ə wi:k]
một lần một tuần

²⁴ twice a week
[twaɪs ə wi:k]
hai lần một tuần

²⁵ three times a week
[θri: taɪmz ə wi:k]
ba lần một tuần

²⁶ every day
['evri deɪ]
mỗi ngày

²⁷ Seasons
['si:zn]
Mùa

²⁸ spring
[sprɪŋ]
mùa Xuân

²⁹ summer
['sʌmə(r)]
mùa Hè

³⁰ fall/autumn
[fɔ:l/'ɔ:təm]
mùa Thu

³¹ winter
['wɪntə(r)]
mùa Đông

TOPIC 15 — Types of housing and commuities – *Các kiểu nhà ở và cộng đồng dân cư*

¹ apartment building
[əˈpɑːtmənt ˈbɪldɪŋ]
cao ốc căn hộ

² house
[haʊs]
nhà

³ duplex/two-family house
[ˈdjuːpleks/tuː ˈfæməli haʊs]
nhà hai căn

⁴ townhouse/townhome
[ˈtaʊn haʊs/ˈtaʊn həʊm]
nhà phố

⁵ condominium/condo
[ˌkɒndəˈmɪniəm/ˈkɒndəʊ]
khu nhà tập thể

⁶ dormitory/dorm
[ˈdɔːmətri/dɔːm]
ký túc xá

⁷ mobile home
[ˌməʊbaɪl ˈhəʊm]
nhà lưu động

⁸ nursing home
[ˈnɜːsɪŋ həʊm]
nhà dưỡng lão

⁹ shelter [ˈʃeltə(r)]
nhà cho người vô gia cư

¹⁰ farm [fɑːm]
trang trại

¹¹ ranch [rɑːntʃ]
trại chăn nuôi

¹² houseboat
[ˈhaʊsbəʊt]
nhà thuyền

¹³ the city
[ðə ˈsɪti]
thành phố

¹⁴ the suburbs
[ðə ˈsʌbɜːbz]
ngoại ô

 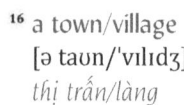 

¹⁵ the country
[ðə ˈkʌntri]
đồng quê

¹⁶ a town/village
[ə taʊn/ˈvɪlɪdʒ]
thị trấn/làng

TOPIC 16 — The Living Room – *Phòng khách*

¹ bookcase ['bʊkkeɪs] *tủ sách*
² picture/photograph ['pɪktʃə(r)/'fəʊtəgrɑːf] *tranh/ảnh*
³ painting ['peɪntɪŋ] *tranh vẽ*
⁴ DVD player [ˌdiːviːˈdiː 'pleɪə(r)] *đầu đĩa DVD*

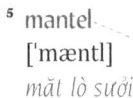  

⁵ mantel ['mæntl] *mặt lò sưởi*
⁶ fireplace ['faɪəpleɪs] *lò sưởi*
⁷ fireplace screen ['faɪəpleɪs skriːn] *tấm chắn lò sưởi*
⁸ television/TV ['telɪvɪʒn/ˌtiː 'viː] *tivi*
⁹ VCR/video cassette recorder [ˌviː siː 'ɑː(r)/ 'vɪdiəʊ kəˈset rɪˈkɔːdə(r)] *đầu máy video*

¹⁰ wall [wɔːl] *tường nhà*
¹¹ ceiling ['siːlɪŋ] *trần nhà*
¹² drapes [dreɪps] *rèm, màn*
¹³ window ['wɪndəʊ] *cửa sổ*

   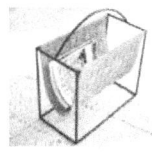

¹⁴ loveseat ['lʌv siːt] *ghế xô pha hai chỗ ngồi*
¹⁵ wall unit [wɔːl 'juːnɪt] *tủ tường*
¹⁶ stereo system ['steriəʊ 'sɪstəm] *dàn máy âm thanh nổi*
¹⁷ magazine holder [ˌmægəˈziːn 'həʊldər] *đồ đựng tạp chí*

18 (throw) pillow [θrəʊ 'pɪləʊ] *gối*

19 sofa/couch ['səʊfə/kaʊtʃ] *ghế xô pha, tràng kỷ*

20 plant [plɑːnt] *chậu cây*

21 coffee table ['kɒfi 'teɪbl] *bàn cà phê*

22 rug [rʌg] *thảm*

23 lamp [læmp] *đèn chụp*

24 lampshade ['læmpʃeɪd] *chụp đèn*

25 end table [end 'teɪbl] *bàn nhỏ (đặt ở đầu giường, ghế xô pha, v.v.)*

26 floor [flɔːr] *sàn nhà*

27 floor lamp [flɔːr læmp] *đèn đứng*

28 armchair ['ɑːmtʃeər] *ghế bành*

29 hi-fi system ['haɪ faɪ sɪstəm] *hệ thống âm thanh nổi*

30 remote [rɪ'məʊt] *cái điều khiển từ xa*

31 rocking-chair ['rɒkɪŋ tʃeə(r)] *ghế xích đu*

32 houseplant ['haʊsplɑːnt] *chậu cây trồng trong nhà*

33 picture ['pɪktʃə(r)] *bức tranh*

TOPIC 17: The Dining Room – *Phòng ăn*

1. (dining room) table ['daɪnɪŋ ruːm 'teɪbl] *bàn ăn*
2. (dining room) chair ['daɪnɪŋ ruːm tʃeər] *ghế ăn*
3. buffet ['bʊfeɪ] *tủ bupphê*
4. tray [treɪ] *cái khay, cái mâm*

5. teapot ['tiːpɒt] *ấm trà*
6. coffee pot ['kɒfi pɒt] *ấm cà phê*
7. sugar bowl ['ʃʊgər bəʊl] *chén đựng đường*
8. creamer ['kriːmə(r)] *bình đựng kem (pha cà phê)*

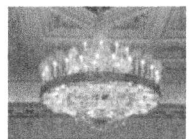

9. pitcher ['pɪtʃər] *bình đựng nước*
10. chandelier [ʃændə'lɪə(r)] *đèn chùm*
11. china cabinet ['tʃaɪnə 'kæbɪnət] *tủ bát đĩa*
12. china ['tʃaɪnə] *đồ sứ*

13. salad bowl ['sæləd bəʊl] *tô rau trộn*
14. serving bowl ['sɜːvɪŋ bəʊl] *tô đựng món ăn*
15. serving dish ['sɜːvɪŋ dɪʃ] *đĩa đựng món ăn*
16. vase [vɑːz] *lọ hoa*

¹⁷ candle	¹⁸ candlestick	¹⁹ platter	²⁰ butter dish
[ˈkændl]	[ˈkændlstɪk]	[ˈplætə(r)]	[ˈbʌtər dɪʃ]
nến	đế nến	đĩa trẹt	đĩa đựng bơ

²¹ salt shaker	²² pepper shaker	²³ tablecloth	²⁴ napkin
[sɔːlt ˈʃeɪkər]	[ˈpepər ˈʃeɪkər]	[ˈteɪblklɒθ]	[ˈnæpkɪn]
lọ muối	lọ tiêu	khăn bàn	khăn ăn

   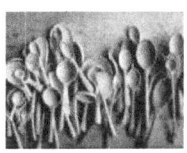

²⁵ fork	²⁶ plate	²⁷ knife	²⁸ spoon
[fɔːk]	[pleɪt]	[naɪf]	[spuːn]
cái nĩa	cái đĩa	con dao	cái muỗng

²⁹ bowl	³⁰ mug	³¹ glass	³² cup	³³ saucer
[bəʊl]	[mʌg]	[glɑːs]	[kʌp]	[ˈsɔːsər]
cái chén	cái ca	cái ly	cái tách	đĩa lót tách

³⁴ tureen	³⁵ mineral water	³⁶ basket
[tjuˈriːn]	[ˈmɪnərəl wɔːtə(r)]	[ˈbɑːskɪt]
cái liễn	nước khoáng	cái rổ

TOPIC 18

The Bedroom – *Phòng ngủ*

¹ bed
[bed]
giường ngủ

² headboard
['hedbɔ:d]
tấm ván đầu giường

³ pillow
['pɪləʊ]
gối

⁴ pillowcase
['pɪləʊkeɪs]
áo gối

⁵ fitted sheet
['fɪtɪd ʃi:t]
khăn bọc nệm

⁶ (flat) sheet
[flæt ʃi:t]
khăn trải giường

⁷ blanket
['blæŋkɪt]
chăn/mền

⁸ electric blanket
[ɪ'lektrɪk 'blæŋkɪt]
chăn điện

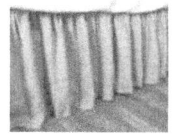

⁹ dust ruffle
[dʌst 'rʌfl]
diềm che bụi

¹⁰ bedspread
['bedspred]
tấm phủ giường

¹¹ comforter/quilt
['kʌmfətə(r)/kwɪlt]
chăn bông

¹² carpet
['kɑ:pɪt]
thảm

¹³ chest (of drawers)
[tʃest əv drɔ:z]
tủ (có ngăn kéo)

¹⁴ blinds
[blaɪndz]
mành; rèm

¹⁵ curtains
['kɜ:tnz]
màn

¹⁶ lamp
[læmp]
đèn

¹⁷ alarm clock
[ə'lɑːm klɒk]
đồng hồ báo thức

¹⁸ clock radio
[klɒk 'reɪdiəʊ]
radio có đồng hồ

¹⁹ night table/nightstand
[naɪt 'teɪbl/'naɪtstænd]
bàn đầu giường

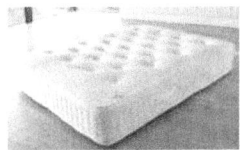

²⁰ mirror
['mɪrər]
gương

²¹ jewelry box
['dʒuːəlri bɒks]
hộp nữ trang

²² dresser/bureau
['dresə(r)/'bjʊərəʊ]
bàn trang điểm

²³ mattress
['mætrəs]
nệm

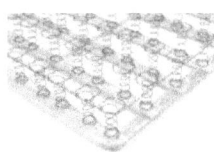

²⁴ box spring
[bɒks sprɪŋ]
khuôn hộp lò xo kê nệm

²⁵ bed frame
[bed freɪm]
khung giường

²⁶ hanger
['hæŋə(r)]
cái móc

²⁷ wardrobe
['wɔːdrəʊb]
tủ quần áo

²⁸ rug
[rʌg]
thảm trải sàn

²⁹ bookcase
['bʊkkeɪs]
tủ sách

³⁰ duvet
['duːveɪ]
chăn lông vịt

³¹ bolster
['bəʊlstər]
gối ôm

TOPIC 19 — The Kitchen – Nhà bếp

   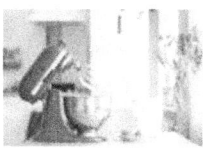

¹ refrigerator
[rɪˈfrɪdʒəreɪtər]
tủ lạnh

² freezer
[ˈfriːzə(r)]
ngăn đông lạnh

³ garbage pail
[ˈgɑːbɪdʒ]
thùng rác

⁴ (electric) mixer
[ɪˈlektrɪk ˈmɪksə(r)]
máy đánh trứng

⁵ cabinet
[ˈkæbɪnət]
tủ đựng bát đĩa

⁶ paper towel holder
[ˈpeɪpər ˈtaʊəl ˈhəʊldər]
giá để khăn giấy

⁷ canister [ˈkænɪstə(r)]
hũ (đựng trà, cà phê, đường, bột, v.v.)

⁸ (kitchen) counter
[ˈkɪtʃɪn ˈkaʊntə(r)]
kệ bếp

⁹ dishwasher detergent
[ˈdɪʃwɒʃər dɪˈtɜːdʒənt]
bột tẩy rửa máy rửa chén

¹⁰ dishwashing liquid
[ˈdɪʃwɒʃɪŋ ˈlɪkwɪd]
nước rửa chén

¹¹ faucet
[ˈfɔːsɪt]
vòi nước

¹² (kitchen) sink
[ˈkɪtʃɪn sɪŋk]
bồn rửa chén

¹³ dishwasher
[ˈdɪʃwɒʃər]
máy rửa chén

¹⁴ (garbage) disposal
[ˈgɑːbɪdʒ dɪˈspəʊzl]
máy nghiền chất thải

¹⁵ dish towel
[dɪʃ ˈtaʊəl]
khăn lau chén

¹⁶ dish rack/dish drainer
[dɪʃ ræk/dɪʃ dreɪnər]
giá gác đĩa

17 spice rack
[spaɪs ræk]
kệ đựng gia vị

18 (electric) can opener
[ɪˈlektrɪk kən ˈəʊpnə(r)]
máy mở đồ hộp

19 blender
[ˈblendər]
máy xay sinh tố

20 toaster oven
[ˈtəʊstər ˈʌvn]
máy nướng bánh mì

21 microwave (oven)
[ˈmaɪkrəweɪv ˈʌvn]
lò vi sóng

22 potholder
[ˈpɒthəʊdər]
miếng nhắc nồi

23 tea kettle
[tiː ˈketl]
ấm nấu nước

24 stove/range
[stəʊv/reɪndʒ]
bếp lò

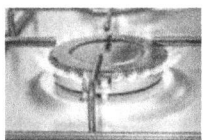   

25 burner
[ˈbɜːnər]
nơi tạo lửa

26 oven
[ˈʌvn]
lò nướng

27 toaster
[ˈtəʊstər]
máy nướng bánh mì

28 coffeemaker
[ˈkɒfi meɪkər]
máy pha cà phê

29 trash compactor
[træʃ kəmˈpæktə(r)]
ngăn tủ đựng đồ phế thải

30 cutting board
[ˈkʌtɪŋ bɔːd]
cái thớt

31 cookbook
[ˈkʊkbʊk]
sách dạy nấu ăn

32 food processor
[ˈfuːd prəʊsesə(r)]
máy chế biến thức ăn

33 kitchen table
[ˈkɪtʃɪn ˈteɪbl]
bàn làm bếp

34 kitchen chair
[ˈkɪtʃɪn tʃeər]
ghế làm bếp

35 placemat
[ˈpleɪs mæt]
miếng lót đĩa

TOPIC 20

The Baby's Room – *Phòng em bé*

¹ teddy bear
['tedi beər]
gấu bông

² baby monitor/intercom
['beɪbi 'mɒnɪtə(r)/'ɪntəkɒm]
máy điện đàm (dành cho người giữ trẻ)

³ chest (of drawers)
[ˌtʃest əv 'drɔːz]
tủ có ngăn kéo

⁴ crib
[krɪb]
giường cũi

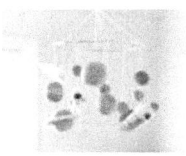

⁵ crib bumper/bumper pad
[krɪb 'bʌmpə(r)/'bʌmpə(r) pæd]
miếng nệm lót chống va chạm

⁶ mobile
['məʊbaɪl]
vật trang trí động

⁷ changing table
[tʃeɪndʒɪŋ 'teɪbl]
bàn thay đồ cho bé

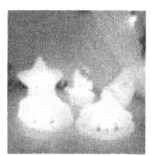

⁸ stretch suit
[stretʃ suːt]
bộ áo liền quần

⁹ changing pad
[tʃeɪndʒɪŋ pæd]
tấm đệm lót bàn thay đồ

¹⁰ diaper pail
['daɪəpər peɪl]
thùng đựng tã

¹¹ night light
['naɪt laɪt]
đèn ngủ

¹² toy chest
[tɔɪ tʃest]
rương đồ chơi

¹³ stuffed animal
[ˌstʌft 'ænɪml]
thú nhồi bông

¹⁴ doll
[dɒl]
búp bê

¹⁵ swing
[swɪŋ]
xích đu

¹⁶ playpen
['pleɪpen]
cũi (cho trẻ chơi bên trong)

¹⁷ rattle
['rætl]
cái lúc lắc

¹⁸ walker
['wɔːkər]
xe tập đi

¹⁹ cradle
['kreɪdl]
cái nôi

²⁰ stroller
['strəʊlər]
xe đẩy

²¹ baby carriage
['beɪbi kærɪdʒ]
xe nôi đẩy

²² car seat/safety seat
['kɑː siːt/'seɪfti siːt]
ghế em bé trong xe hơi

²³ baby carrier
['beɪbi 'kæriə(r)]
ghế đèo em bé

²⁴ food warmer
[fuːd 'wɔːmər]
đồ giữ ấm thức ăn

²⁵ booster seat
['buːstə siːt]
ghế nâng

²⁶ baby seat
['beɪbi siːt]
ghế em bé

²⁷ high chair ['haɪ tʃeər]
ghế cao (cho trẻ ngồi ăn)

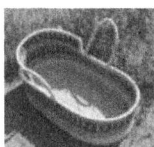   

²⁸ portable crib
['pɔːtəbl krɪb]
cũi xách tay

²⁹ potty
['pɒti]
cái bô

³⁰ baby frontpack
['beɪbi siːt
ˌfrʌntpæk]
đồ đeo em bé
phía trước

³¹ baby backpack
['beɪbi 'bækpæk]
đồ đeo em bé phía
sau

TOPIC 21 — The Bathroom – *Phòng tắm*

1. wastebasket
['weɪstbɑːskɪt]
thùng rác

2. vanity
['vænəti]
bàn trang điểm

3. soap
[səʊp]
xà phòng

4. soap dish
[səʊp dɪʃ]
hộp đựng xà phòng

5. soap dispenser
[səʊp dɪ'spensə(r)]
bình xịt xà phòng

6. (bathroom) sink
['bɑːθruːm sɪŋk]
bồn rửa mặt

7. faucet
['fɔːsɪt]
vòi nước

8. medicine cabinet
['medsn 'kæbɪnət]
tủ thuốc

9. mirror
['mɪrər]
gương

10. cup
[kʌp]
ly súc miệng

11. toothbrush
['tuːθbrʌʃ]
bàn chải đánh răng

12. toothbrush holder
['tuːθbrʌʃ 'həʊldər]
kệ treo bàn chải

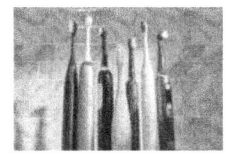
13. electric toothbrush
[ɪ'lektrɪk 'tuːθbrʌʃ]
bàn chải điện

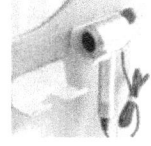
14. hair dryer
[heər 'draɪər]
máy sấy tóc

15. shelf
[ʃelf]
kệ

16. hamper
['hæmpə(r)]
giỏ đựng quần áo dơ

  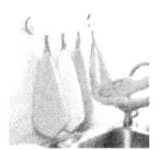 

17 fan
[fæn]
quạt

18 bath towel
[bɑːθ ˈtaʊəl]
khăn tắm

19 hand towel
[hænd ˈtaʊəl]
khăn lau tay

20 washcloth/facecloth
[ˈwɒʃklɒθ/ˈfeɪsklɒθ]
khăn mặt

21 towel rack
[ˈtaʊəl ræk]
giá treo khăn

22 plunger
[ˈplʌndʒə(r)]
cây thông cầu

23 toilet brush
[ˈtɔɪlət brʌʃ]
bàn chải chà bồn cầu

24 toilet paper
[ˈtɔɪlət ˈpeɪpər]
giấy vệ sinh

  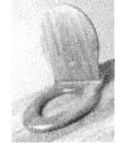 

25 air freshener
[eər ˈfreʃnə(r)]
chất/dụng cụ làm thơm phòng

26 toilet
[ˈtɔɪlət]
bồn cầu

27 toilet seat
[ˈtɔɪlət siːt]
bàn cầu

28 shower
[ˈʃaʊər]
buồng tắm

29 shower head
[ˈʃaʊər hed]
vòi sen

30 shower curtain
[ˈʃaʊər ˈkɜːtn]
màn buồng tắm

31 bathtub/tub
[ˈbɑːθtʌb/tʌb]
bồn tắm

32 rubber mat
[ˈrʌbər mæt]
thảm cao su

33 drain [dreɪn]
lỗ thoát nước

34 sponge [spʌndʒ]
miếng bọt biển

35 bath mat [bɑːθ mæt]
thảm hút nước

36 scale [skeɪl]
cái cân

TOPIC 22

Outside the home – *Bên ngoài căn nhà*

A. Front Yard [frʌnt jɑ:d] – *Sân trước*

¹ lamppost
['læmp pəʊst]
cột đèn

² mailbox
['meɪlbɒks]
hòm thư

³ front walk
[frʌnt wɔ:k]
lối đi nhà (phía trước)

⁴ front steps
[frʌnt step]
bậc hiên

   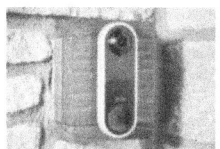

⁵ (front) porch
[frʌnt pɔ:tʃ]
hiên (trước)

⁶ storm door [stɔ:m dɔ:r]
cửa bảo vệ (phòng khi mưa to, gió lớn)

⁷ front door
[frʌnt dɔ:r]
cửa trước

⁸ doorbell
['dɔ:bel]
chuông cửa

⁹ (front) light
[frʌnt laɪt]
đèn trước

¹⁰ window
['wɪndəʊ]
cửa sổ

¹¹ (window) screen
['wɪndəʊ skri:n]
tấm chắn cửa sổ

¹² shutter
['ʃʌtər]
cửa chớp

¹³ roof
[ru:f]
mái nhà

¹⁴ garage
['gærɑ:ʒ]
nhà để ô-tô / gara

¹⁵ garage door
['gærɑ:ʒ dɔ:r]
cửa ga-ra

¹⁶ driveway
['draɪvweɪ]
đường lái xe vào nhà

B. Backyard [ˌbæk'jɑːd] – *Sân sau*

¹⁷ lawn chair
['lɔːn tʃeər]
ghế bố

¹⁸ lawnmower
['lɔːnməʊə(r)]
máy cắt cỏ

¹⁹ tool shed
[tuːl ʃed]
nhà kho dụng cụ

²⁰ screen door
[skriːn dɔːr]
cửa lưới

²¹ back door
[bæk dɔːr]
cửa sau

²² door knob
[dɔːr nɒb]
núm cửa

²³ deck
[dek]
sàn cửa

²⁴ barbecue/(outdoor) grill
['bɑːbɪkjuː/'aʊtdɔː(r) grɪl]
lò nướng ngoài trời

²⁵ patio
['pætiəʊ]
sân sau

²⁶ gutter
['gʌtər]
máng xối

²⁷ drainpipe
['dreɪnpaɪp]
ống thoát nước

²⁸ satellite dish
['sætəlaɪt dɪʃ]
chảo vệ tinh

²⁹ TV antenna
[ˌtiː 'viː æn'tenə]
ăngten ti-vi

³⁰ chimney
['tʃɪmni]
ống khói

³¹ side door
[saɪd dɔːr]
cửa hông

³² fence
[fens]
hàng rào

TOPIC 23

The Apartment building – *Cao ốc căn hộ*

A. Looking for an Apartment [lʊkɪŋ fɔːr ən əˈpɑːtmənt] – *Tìm một căn hộ*

¹ apartment ads/classified ads
[əˈpɑːtmən ædzs/ˈklæsɪfaɪd ædzs]
quảng cáo căn hộ/mục rao vặt trong báo

² apartment listings
[əˈpɑːtmən ˈlɪstɪŋz]
danh sách các căn hộ cho thuê

³ vacancy sign
[ˈveɪkənsi saɪn]
biển báo cho thuê

B. Signing a Lease [ˈsaɪnɪŋ ə liːs] – *Ký hợp đồng thuê*

⁴ tenant
[ˈtenənt]
người thuê

⁵ landlord
[ˈlændlɔːd]
chủ đất

⁶ lease [liːs]
hợp đồng cho thuê

⁷ security deposit
[sɪˈkjʊərəti dɪˈpɒzɪt]
tiền đặt cọc

C. Moving in [ˈmuːvɪŋ ɪn] – *Dọn vào ở*

⁸ moving truck
[ˈmuːvɪŋ trʌk]
⁹ moving van
[ˈmuːvɪŋ væn]
xe tải chuyên chở đồ dọn nhà

¹⁰ neighbor
[ˈneɪbər]
hàng xóm

¹¹ building manager
[ˈbɪldɪŋ ˈmænɪdʒə(r)]
người quản lý tòa nhà

¹² doorman
[ˈdɔːmən]
người gác cửa

¹³ key [kiː]
chìa khóa

¹⁴ lock [lɒk]
ổ khóa

¹⁵ roof [ru:f]
mái nhà

¹⁶ fire escape ['faɪər ɪ'skeɪp]
thang thoát hiểm

¹⁷ parking garage ['pɑ:kɪŋ gæra:ʒ]
tầng hầm đỗ xe

¹⁸ balcony ['bælkəni]
ban công

¹⁹ fourth floor [fɔ:θ flɔ:r]
tầng bốn

²⁰ third floor [θɜ:d flɔ:r]
tầng ba

²¹ first floor [fɜ:st flɔ:r]
tầng một

²² second floor ['sekənd flɔ:r]
tầng hai

²³ courtyard ['kɔ:tjɑ:d]
sân trong

²⁴ parking lot ['pɑ:kɪŋ lɒt]
bãi đậu xe

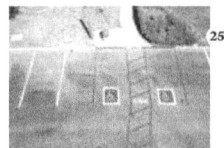

²⁵ parking space ['pɑ:kɪŋ speɪs]
chỗ đỗ xe

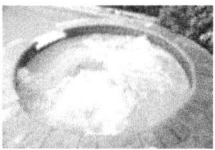

²⁶ swimming pool ['swɪmɪŋ pu:l]
hồ bơi

²⁷ whirlpool ['wɜ:lpu:l]
hồ mát-xa

²⁸ trash bin [træʃ bɪn]
thùng rác

²⁹ air conditioner ['eə kəndɪʃənə(r)]
máy điều hòa nhiệt độ

D. Tiền sảnh – *Lobby* ['lɒbi]

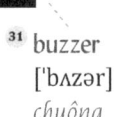
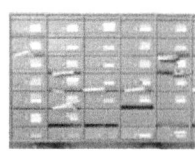

³⁰ intercom/speaker ['ɪntəkɒm/'spi:kə(r)]
hệ thống liên lạc

³¹ buzzer ['bʌzər]
chuông

³² mailbox ['meɪlbɒks]
hộp thư

³³ elevator ['elɪveɪtər]
thang máy

³⁴ stairway ['steəweɪ]
cầu thang

E. Doorway ['dɔ:weɪ] – Ô cửa; cửa ra vào

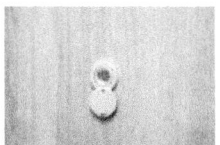   

35 peephole
['pi:phəʊl]
lỗ nhìn qua cửa

36 (door) chain
[dɔ:r tʃeɪn]
xích cửa

37 dead-bolt lock
['dedbəʊlt lɒk]
khóa cửa

38 smoke detector
[sməʊk dɪ'tektə(r)]
thiết bị báo cháy

F. Hallway ['hɔ:lweɪ] – Hành lang

39 fire exit
['faɪər 'eksɪt]
40 emergency stairway
[ɪ'mɜ:dʒənsi 'steəweɪ]
lối thoát hiểm/cầu thang thoát hiểm

41 fire alarm
['faɪər əlɑ:m]
chuông báo cháy

42 sprinkler system
['sprɪŋklə(r) 'sɪstəm]
hệ thống phun chống cháy

43 garbage chute/trash chute
['gɑ:bɪdʒ ʃu:t/træʃ ʃu:t]
máng đổ rác

44 superintendent
[,su:pərɪn'tendənt]
người trông coi tòa nhà

G. Basement ['beɪsmənt] – Tầng hầm

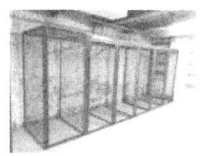   

45 storage room
['stɔ:rɪdʒ ru:m]
kho

46 storage locker
['stɔ:rɪdʒ 'lɒkər]
kho có khóa

47 laundry room
['lɔ:ndri ru:m]
phòng giặt đồ

48 security gate
[sɪ'kjʊərəti geɪt]
cổng bảo vệ

TOPIC 24 — Household problems and repairs
Những hư hỏng trong nhà và việc sửa chữa

1. plumber
['plʌmər]
Thợ ống nước

2. The bathtub is leaking
[ðə 'bɑːtʌb ɪz liːkɪŋ]
Bồn tắm bị nứt

3. The hot water heater isn't working
[ðə hɒt 'wɔːtər 'hiːtər 'ɪznt 'wɜːkɪŋ]
Máy nước nóng bị hư

4. The sink is clogged
[ðə sɪŋk ɪz klɒgd]
Bồn rửa mặt bị nghẹt

5. The toilet is broken
[ðə 'tɔɪlət ɪz 'brəʊkən]
Bồn cầu bị hư

6. roofer
['ruːfə(r)]
Thợ lợp mái

7. The roof is leaking
[ðə ruːf ɪz liːkɪŋ]
Mái nhà bị dột

8. (house) painter
[haʊs 'peɪntə(r)]
Thợ sơn nước

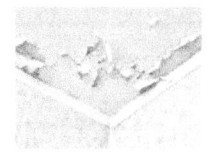

9. The paint is peeling
[ðə peɪnt ɪz piːlɪŋ]
Sơn bị tróc

10. The wall is cracked
[ðə wɔːl ɪz kræktɪd]
Tường bị rạn

11. cable TV company
['keɪbl ˌtiː 'viː 'kʌmpəni]
Công ty truyền hình cáp

12. The cable TV isn't working
[ðə 'keɪbl ˌtiː 'viː 'ɪznt 'wɜːkɪŋ]
Truyền hình cáp bị hư

13. appliance repairperson
[ə'plaɪəns rɪ'peər 'pɜːsn]
Thợ sửa chữa vật dụng trong nhà

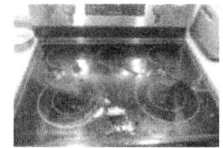

14. The stove isn't working
[ðə stəʊv 'ɪznt 'wɜːkɪŋ]
Bếp bị hư

15. The refrigerator is broken
[ðə rɪ'frɪdʒəreɪtər ɪz 'brəʊkən]
Tủ lạnh bị hư

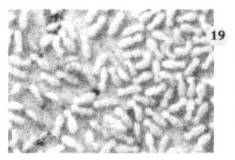

¹⁸ There are termites in the kitchen
[ðeə(r) ɑːr 'tɜːmaɪts ɪn ðə 'kɪtʃɪn]
Có mối trong bếp

¹⁹ termites
['tɜːmaɪts]
mối

¹⁶ exterminator
[ɪk'stɜːmɪnətə]

¹⁷ pest control specialist
[pest kən'trəʊl 'speʃəlɪst]
Người chuyên diệt côn trùng

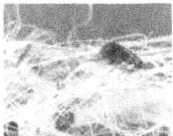
²⁰ fleas [fliːs]
bọ chét, rệp

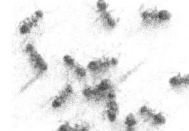
²¹ ants [ænts]
kiến

²² bees [biːz]
ong

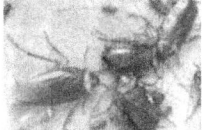
²³ cockroaches
['kɒkrəʊtʃɪz]
gián

²⁴ rats [ræts]
chuột cống

²⁵ mice [maɪs]
chuột

²⁶ locksmith
['lɒksmɪθ]
Thợ sửa khóa

²⁷ The lock is broken
[ðə lɒk ɪz 'brəʊkən]
Ổ khóa bị hư

²⁸ electrician
[ɪˌlek'trɪʃn]
Thợ điện

²⁹ The front light doesn't go on
[ðə frʌnt laɪt 'dʌznt gəʊ ɒn]
Đèn trước không sáng

³⁰ The doorbell doesn't ring
[ðə 'dɔːbel 'dʌznt rɪŋ]
Chuông cửa không reo

³¹ The power is out in the living room
[ðə 'paʊər ɪz aʊt ɪn ðə 'lɪvɪŋ ruːm]
Phòng khách mất điện

³² chimneysweep
['tʃɪmni swiːp]
Người cạo ống khói

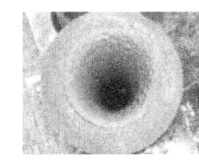
³³ The chimney is dirty
[ðə 'tʃɪmni ɪz 'dɜːti]
Ống khói bị dơ

34 home repairperson
[həʊm rɪ'peər 'pɜːsn]

35 handyman
['hændimæn]
Thợ sửa chữa nhà

36 The tiles in the bathroom are loose
[ðə taɪl ɪz ðə 'bɑːθruːm ər luːs]
Gạch lát trong phòng tắm bị bong

37 carpenter
['kɑːpəntə(r)]
Thợ mộc

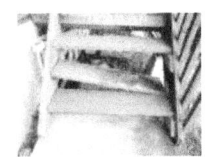  

38 The steps are broken
[ðə step ər 'brəʊkən]
Bậc cửa bị gãy

39 The door doesn't open
[ðə dɔːr 'dʌznt 'əʊpən]
Cửa không mở được

40 heating and air conditioning service
['hiːtɪŋ ənd eər kən'dɪʃənɪŋ 'sɜːvɪs]
Dịch vụ sửa chữa hệ thống sưởi và làm lạnh

41 The heating system is broken
[ðə 'hiːtɪŋ 'sɪstəm ɪz 'brəʊkən]
Hệ thống sưởi bị hư

42 The air conditioning isn't working
[ðə eər kən'dɪʃənɪŋ 'ɪznt 'wɜːkɪŋ]
Hệ thống làm lạnh bị hư

43 The water supply is cut off
[ðə 'wɔːtər sə'plaɪ əz kʌt ɒf]
Nguồn cấp nước bị cắt

44 The toilet is clogged
[ðə 'tɔɪlət ɪz klɒgd]
Nhà vệ sinh bị nghẹt

45 The light is flickering
[ðə laɪt ɪz 'flɪkərɪŋ]
Đèn nhấp nháy

TOPIC 25

Cleaning your home – *Dọn dẹp nhà cửa*

¹ sweep the floor
[swiːp ðə flɔːr]
quét nhà

² broom
[bruːm]
cây chổi

³ dustpan
['dʌstpæn]
đồ hốt rác

⁵ carpet sweeper
['kɑːpɪt 'swiːpə(r)]
máy hút bụi ở thảm

⁴ whisk broom
[wɪsk bruːm]
chổi quét bụi

⁶ vacuum
['vækjuəm]
hút bụi

⁷ vacuum (cleaner)
['vækjuəm 'kliːnə(r)]
máy hút bụi

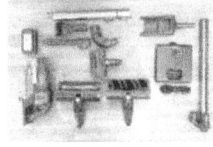

⁸ vacuum cleaner attachments
['vækjuəm 'kliːnə(r) ə'tætʃmənts]
phụ tùng của máy hút bụi

⁹ vacuum cleaner bag
['vækjuəm 'kliːnə(r) bæg]
túi máy hút bụi

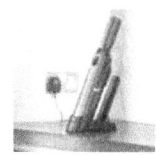

¹⁰ hand vacuum
[hænd 'vækjuəm]
máy hút bụi cầm tay

¹¹ mop the floor
[mɒp ðə flɔːr]
lau nhà

¹² (dust) mop/(dry) mop
[dʌst mɒp/draɪ mɒp]
cây lau bụi/cây lau nhà (khô)

¹³ (sponge) mop
[spʌndʒ mɒp]
cây lau nhà bằng bọt biển

¹⁴ (wet) mop
[wet mɒp]
cây lau nhà ướt

   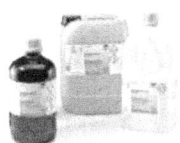

¹⁵ wash the windows
[wɒʃ ðə ˈwɪndəʊz]
lau cửa sổ

¹⁶ paper towels
[ˈpeɪpər ˈtaʊəlz]
cuộn khăn giấy

¹⁷ window cleaner
[ˈwɪndəʊ ˈkliːnə(r)]
nước lau kiếng

¹⁸ ammonia
[əˈməʊniə]
thuốc tẩy

¹⁹ dust [dʌst]
quét bụi

²⁰ wax the floor
[wæks ðə flɔːr]
lau bóng sàn nhà

²¹ polish the furniture
[ˈpɒlɪʃ ðə ˈfɜːnɪtʃər]
lau bóng đồ đạc

  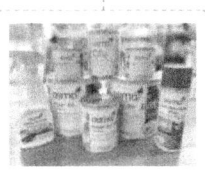 

²² dust cloth
[dʌst klɒθ]
khăn lau bụi

²³ feather duster
[ˈfeðə(r) ˈdʌstə(r)]
chổi lông; phất trần

²⁴ floor wax
[flɔːr wæks]
sáp đánh bóng sàn nhà

²⁵ furniture polish
[ˈfɜːnɪtʃər ˈpɒlɪʃ]
nước đánh bóng đồ đạc

²⁶ clean the bathroom
[kli:n ðə 'bɑ:θru:m]
lau chùi nhà tắm

²⁷ cleanser
['klenzə(r)]
chất tẩy rửa

²⁸ scrub brush
[skrʌb brʌʃ]
bàn chải cọ rửa

²⁹ sponge
[spʌndʒ]
miếng bọt biển

³⁰ take out the garbage
[teɪk aʊt ðə 'gɑ:bɪdʒ]
vứt rác

³¹ bucket/pail
['bʌkɪt/peɪl]
cái xô

³² trash can
[træʃ kən]

³³ garbage can
['gɑ:bɪdʒ kən]
thùng rác

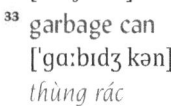

³⁴ recycling bin
[ˌri:'saɪklɪŋ bɪn]
thùng đựng đồ tái chế

³⁵ washing machine
['wɒʃɪŋ məʃi:n]
máy giặt

³⁶ rubber gloves
['rʌbər glʌvz]
găng tay cao su

³⁷ bleach [bli:tʃ]
chất tẩy trắng

³⁸ ironing board
['aɪənɪŋ bɔ:d]
bàn để ủi đồ

³⁹ rag
[ræg]
giẻ lau

⁴⁰ stain remover
[steɪn rɪ'mu:və]
hóa chất tẩy vết bẩn

⁴¹ deodorizer
[di:'əʊraɪzə]
chất khử mùi

⁴² hand soap
[hænd səʊp]
xà phòng rửa tay

TOPIC 26 — Home supplies – Vật dụng dự trữ trong gia đình

1. yardstick ['jɑːdstɪk]
   thước cây (dài 1 yard ≈ 0,9 mét)
2. fly swatter [flaɪ swɒtər]
   vỉ đập ruồi
3. plunger ['plʌndʒə(r)]
   cây thông cầu
4. flashlight ['flæʃlaɪt]
   đèn pin

5. extension cord [ɪk'stenʃn kɔːd]
   dây nối điện
6. tape measure ['teɪp meʒər]
   thước dây
7. step ladder [step 'lædə(r)]
   thang gấp
8. mousetrap ['maʊstræp]
   bẫy chuột

9. masking tape ['mɑːskɪŋ teɪp]
   băng keo giấy
10. electrical tape [ɪ'lektrɪkl teɪp]
    băng keo quấn dây điện
11. duct tape [dʌkt teɪp]
    băng keo quấn ống
12. batteries ['bætriz]
    pin

13. lightbulbs/bulbs ['laɪt bʌlbz/bʌlbz]
    bóng đèn tròn
14. fuses [fjuːz]
    cầu chì
15. oil [ɔɪl]
    dầu; nhớt
16. glue [gluː]
    keo

17 work gloves [wɜːk glʌvz] *găng tay làm việc*

18 bug spray/insect spray [bʌg spreɪ/ˈɪnsekt spreɪ] *thuốc diệt côn trùng*

19 roach killer [rəʊtʃ ˈkɪlər] *thuốc diệt gián*

20 sandpaper [ˈsændpeɪpə(r)] *giấy nhám*

21 paint [peɪnt] *sơn*

22 paint thinner [peɪnt ˈθɪnə(r)] *chất pha loãng sơn*

23 paintbrush/brush [peɪnt brʌʃ/brʌʃ] *chổi quét sơn*

24 paint pan [peɪnt pæn] *khay đựng sơn*

 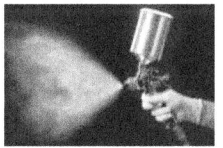  

25 paint roller [peɪnt ˈrəʊlər] *ống lăn sơn*

26 spray gun [spreɪ gʌn] *súng phun sơn*

27 toilet paper [ˈtɔɪlət peɪpə(r)] *giấy vệ sinh*

28 cushions [ˈkʊʃn] *miếng đệm*

 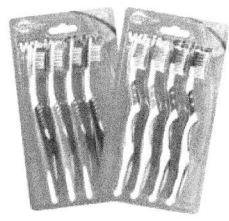 

29 razors [ˈreɪzərz] *dao cạo*

30 toothbrushes [ˈtuːθbrʌʃ] *bàn chải đánh răng*

31 veneer [vəˈnɪər] *tấm ván mỏng*

TOPIC 27 — Tools and hardware – *Dụng cụ và đồ ngũ kim*

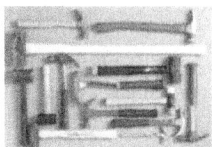   

1. hammer ['hæmə(r)] *cái búa*
2. mallet ['mælɪt] *cái vồ*
3. ax [æks] *cái rìu*
4. saw/handsaw [sɔː/'hændsɔː] *cưa tay*

  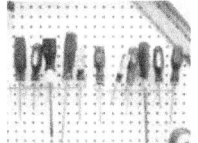 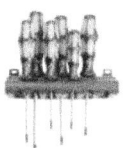

5. hacksaw ['hæksɔː] *cưa sắt*
6. level ['levl] *thước đo độ phẳng*
7. screwdriver ['skruːdraɪvə(r)] *cái tua-vít*
8. Phillips screwdriver ['fɪlɪps 'skruːdraɪvə(r)] *tua-vít bốn chấu; vít pa-ke*

 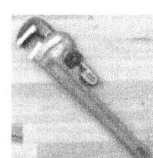  

9. wrench [rentʃ] *chìa vặn; cờ lê*
10. monkey wrench/pipe wrench ['mʌŋki rentʃ/paɪp rentʃ] *mỏ lết răng mỏ ống*
11. chisel ['tʃɪzl] *cái đục*
12. scraper ['skreɪpə(r)] *cái nạo*

   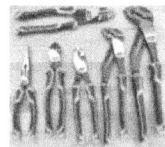

13. wire stripper ['waɪə strɪpəz] *kềm tước dây điện*
14. hand drill [hænd drɪl] *khoan tay*
15. vise [vaɪs] *mỏ cặp; ê tô*
16. pliers ['plaɪəz] *cái kìm*

17 toolbox
['tu:lbɒks]
hộp dụng cụ

18 plane
[pleɪn]
cái bào

19 electric drill
[ɪ'lektrɪk drɪl]
khoan điện

20 (drill) bit
[drɪl bɪt]
mũi khoan

21 circular saw/power saw
['sɜ:kjələ(r) sɔ:/'paʊər sɔ:]
cưa điện

22 power sander
['paʊər 'sændə(r)]
máy mài bằng giấy nhám

23 router
['ru:tə(r)]
cái bào soi

24 wire
['waɪə(r)]
dây điện

25 nail
[neɪl]
đinh

26 washer
['wɒʃər]
long đền

27 nut
[nʌt]
đai ốc

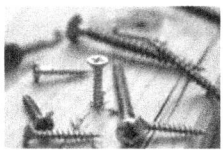 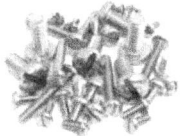 

28 wood screw
[wʊd skru:]
đinh vít dùng cho gỗ

29 machine screw
[mə'ʃi:n skru:]
đinh vít dùng cho máy móc

30 bolt
[bəʊlt]
bu-lông

TOPIC 28

Gardening Tools and Actions
Dụng cụ và các hoạt động làm vườn

¹ mow the lawn
[məʊ ðə lɔːn]
cắt cỏ

² lawnmower
[ˈlɔːnməʊə(r)]
máy cắt cỏ

³ gas can
[gæs kən]
can xăng

⁴ line trimmer
[laɪn ˈtrɪmər]
máy xén thẳng

⁵ plant vegetables
[plɑːnt ˈvedʒtəbl]
trồng rau

⁶ shovel
[ˈʃʌvl]
cái xẻng

⁷ vegetable seeds
[ˈvedʒtəbl siːd]
hạt giống rau

⁸ hoe
[həʊ]
cái cuốc

⁹ plant flowers
[plɑːnt ˈflaʊə(r)]
trồng hoa

¹⁰ trowel
[ˈtraʊəl]
cái xẻng nhỏ

¹¹ wheelbarrow
[ˈwiːlbærəʊ]
xe cút kít

¹² fertilizer
[ˈfɜːtəlaɪzər]
phân bón

¹³ water the flowers
[ˈwɔːtər ðə ˈflaʊə(r)]
tưới hoa

¹⁴ (garden) hose
[ˈgɑːdn həʊz]
ống nước

¹⁵ nozzle
[ˈnɒzl]
vòi nước

¹⁶ sprinkler
[ˈsprɪŋklə(r)]
thiết bị phun nước

¹⁷ watering can
[ˈwɔːtərɪŋ kæn]
bình tưới

18 rake leaves
[reɪk liːvz]
cào lá

19 rake
[reɪk]
cái cào

20 leaf blower
[liːf ˈbləʊər]
máy thổi lá cây

21 yard waste bag
[ˈjɑːd weɪst bæg]
túi đựng rác trong sân

22 trim the hedge
[trɪm ðə hedʒ]
xén hàng rào

23 prune the bushes
[pruːn ðə bʊʃs]
tỉa bụi cây

24 weed
[wiːd]
nhổ cỏ dại

25 (hedge) clippers
[hedʒ ˈklɪpə(r)z]
kéo xén (hàng rào)

26 hedge trimmer
[hedʒ ˈtrɪmər]
máy xén hàng rào

27 pruning shears
[ˈpruːnɪŋ ʃɪəz]
kéo tỉa cây

28 weeder [wiːdər]
dụng cụ nhổ cỏ dại

29 axe
[æks]
cái rìu

30 gloves
[glʌvz]
găng tay

31 pruning saw
[ˈpruːnɪŋ sɔː]
cưa cắt tỉa

32 water hose
[ˈwɔːtər həʊz]
ống nước

TOPIC 29: Places Around Town – *Các địa điểm xung quanh thị trấn*

1. bakery ['beɪkəri] *hiệu bánh*
2. bank [bæŋk] *ngân hàng*
3. barber shop ['bɑːbə ʃɒp] *tiệm cắt tóc*
4. book store ['bʊk stɔːr] *nhà sách*

5. bus station ['bʌs steɪʃn] *trạm xe buýt*
6. candy store ['kændi stɔːr] *cửa hàng kẹo*
7. car dealership [kɑːr 'diːləʃɪp] *cửa hàng bán xe hơi*
8. card store [kɑːd stɔːr] *cửa hàng bán thiệp*

9. child-care center ['tʃaɪldkeə(r) 'sentər]
10. day-care center ['deɪ keə(r) 'sentər] *nhà trẻ*
11. cleaners ['kliːnə(r)z]
12. dry cleaners [draɪ 'kliːnə(r)z] *tiệm giặt ủi*
13. clinic ['klɪnɪk] *phòng khám chuyên khoa*
14. clothing store ['kləʊðɪŋ stɔːr] *cửa hàng quần áo*

15. coffee shop ['kɒfi ʃɒp] *quán cà phê*
16. computer store [kəm'pjuːtə(r) stɔːr] *cửa hàng bán máy vi tính*
17. convenience store [kən'viːniəns stɔːr] *cửa hàng tiện dụng*
18. copy center ['kɒpi 'sentər] *tiệm photocopy*

¹⁹ delicatessen/deli [ˌdelɪkəˈtesn/ˈdeli] *cửa hàng bán thức ăn chế biến sẵn*

²⁰ department store [dɪˈpɑːtmənt stɔːr] *cửa hàng tổng hợp*

²¹ discount store [ˈdɪskaʊnt stɔːr] *cửa hàng bán đồ giảm giá*

²² donut shop [ˈdəʊnʌt ʃɒp] *cửa hàng bánh rán*

²³ drug store [ˈdrʌgstɔː(r)]
²⁴ pharmacy [ˈfɑːməsi] *hiệu thuốc*

²⁵ electronics store [ɪˌlekˈtrɒnɪks stɔːr] *cửa hàng điện máy*

²⁶ eye-care center [aɪ keə(r) ˈsentər]
²⁷ optician [ɒpˈtɪʃn] *tiệm kính*

²⁸ fast-food restaurant [ˌfɑːst ˈfuːd ˈrestrɒnt] *hiệu thức ăn nhanh*

²⁹ flower shop [ˈflaʊə(r) ʃɒp]
³⁰ florist [ˈflɒrɪst] *cửa hàng hoa*

³¹ furniture store [ˈfɜːnɪtʃər stɔːr] *cửa hàng đồ nội thất*

³² gas station [ˈgæs steɪʃn]
³³ service station [ˈsɜːvɪs steɪʃn] *trạm xăng*

³⁴ grocery store [ˈgrəʊsəri stɔːr] *cửa hàng tạp hóa*

³⁵ hair salon [heər ˈsælɒn] *tiệm uốn tóc*

³⁶ hardware store [ˈhɑːdweə(r) stɔː(r)] *cửa hàng đồ ngũ kim*

³⁷ health club [ˈhelθ klʌb] *câu lạc bộ thể dục*

³⁸ hospital [ˈhɒspɪtl] *bệnh viện*

   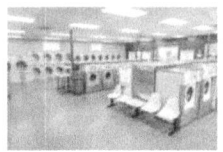

39 hotel
['həʊ'tel]
khách sạn

40 ice cream shop
[ˌaɪs 'kriːm ʃɒp]
tiệm kem

41 jewelry store
['dʒuːəlri stɔːr]
cửa hàng đồ trang sức

42 laundromat
[lɔːn'drəmæt]
hiệu giặt tự động

43 library
['laɪbrəri]
thư viện

44 maternity shop
[mə'tɜːnəti ʃɒp]
tiệm bán quần áo bầu

45 motel
[məʊ'tel]
nhà trọ

46 movie theater
['muːvi θɪətə(r)]
rạp chiếu phim

47 music store
['mjuːzɪk stɔːr]
cửa hàng băng đĩa

48 nail salon
[neɪl 'sælɒn]
tiệm làm móng

49 park
[pɑːk]
công viên

50 pet shop/pet store
[pet ʃɒp/pet stɔːr]
cửa hàng thú nuôi

51 photo shop
['fəʊtəʊ ʃɒp]
tiệm chụp ảnh

52 pizza shop
['piːtsə ʃɒp]
tiệm bánh pi-za

53 post office
['pəʊst ɒfɪs]
bưu điện

54 restaurant
['restrɒnt]
nhà hàng

⁵⁵ school
[sku:l]
trường học

⁵⁶ shoe store
[ʃu: stɔ:r]
cửa hàng giày dép

⁵⁷ (shopping) mall
[ˈʃɒpɪŋ mɔ:l]
khu mua sắm

⁵⁸ supermarket
[ˈsu:pəmɑ:kɪt]
siêu thị

⁵⁹ toy store
[tɔɪ stɔ:r]
cửa hàng đồ chơi

⁶⁰ train station
[treɪn ˈsteɪʃn]
ga xe lửa

⁶¹ travel agency
[ˈtrævl eɪdʒənsi]
đại lý du lịch

⁶² video store
[ˈvɪdiəʊ stɔ:r]
cửa hàng video

⁶³ fire station
[ˈfaɪə steɪʃn]
trạm cứu hỏa

⁶⁴ museum
[mjuˈzi:əm]
nhà bảo tàng

⁶⁵ factory
[ˈfæktri]
nhà máy

⁶⁶ police department
[pəˈli:s dɪpɑ:tmənt]
sở cảnh sát

⁶⁷ church
[tʃɜ:tʃ]
nhà thờ

⁶⁸ pagoda
[pəˈgəʊdə]
chùa

⁶⁹ monument
[ˈmɒnjumənt]
đài kỷ niệm

⁷⁰ bus stop
[ˈbʌs stɒp]
trạm xe buýt

TOPIC 30 — The City – *Thành phố*

1. courthouse ['kɔ:thaʊs] *tòa án*
2. taxi/cab ['tæksi/kæb]
3. taxicab ['tæksikæb] *xe taxi*
4. taxi stand ['tæksi stænd] *bến xe taxi*
5. taxi driver ['tæksi 'draɪvər]
6. cab driver [kæb 'draɪvər] *tài xế xe taxi*

7. fire hydrant ['faɪər 'haɪdrənt] *họng nước*
8. trash container [træʃ kən'teɪnər] *thùng rác*
9. city hall [ˌsɪti 'hɔ:l] *tòa thị chính*
10. fire alarm box ['faɪər əla:m bɒks] *hộp báo cháy*

11. mailbox ['meɪlbɒks] *hòm thư*
12. sewer ['su:ə(r)] *cống rãnh*
13. police station [pə'li:s steɪʃn] *đồn cảnh sát*
14. jail [dʒeɪl] *nhà tù*

  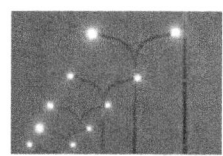 

15. sidewalk ['saɪdwɔ:k] *vỉa hè*
16. street [stri:t] *đường*
17. street light [stri:t laɪt] *đèn đường*
18. parking lot ['pɑ:kɪŋ lɒt] *bãi đỗ xe*

¹⁹ meter maid
['mi:tər meɪd]
nữ nhân viên kiểm soát việc đỗ xe

²⁰ parking meter
['pɑ:kɪŋ mi:tər]
máy thu tiền đỗ xe

²¹ garbage truck
['gɑ:bɪdʒ trʌk]
xe rác

²² subway
['sʌbweɪ]
xe điện ngầm

²³ subway station
['sʌbweɪ steɪʃn]
trạm xe điện ngầm

²⁴ news stand
['nu:zstænd]
quầy bán báo

²⁵ traffic light
['træfɪk laɪt]

²⁶ traffic signal
['træfɪk 'sɪgnəl]
đèn giao thông

²⁷ intersection
[ˌɪntə'sekʃn]
ngã tư

   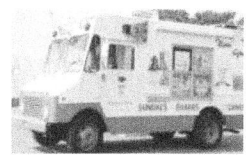

²⁸ police officer
[pə'li:s ɒfɪsər]
cảnh sát

²⁹ crosswalk
['krɒswɔ:k]
lối băng ngang đường

³⁰ pedestrian
[pə'destrɪən]
người đi bộ

³¹ ice cream truck
[ˌaɪs 'kri:m trʌk]
xe kem

³² curb
[kɜ:b]
lề đường

³³ parking garage
['pɑ:kɪŋ gæra:ʒ]
bãi đậu xe nhiều tầng

³⁴ fire station
['faɪə steɪʃn]
trạm cứu hỏa

³⁵ bus stop
['bʌs stɒp]
trạm xe buýt

36 bus
['bʌs]
xe buýt

37 bus driver
['bʌs 'draɪvər]
tài xế xe buýt

38 office building
['ɒfɪs 'bɪldɪŋ]
cao ốc văn phòng

39 public telephone
['pʌblɪk 'telɪfəʊn]
điện thoại công cộng

40 street sign
[striːt saɪn]
bảng tên đường

41 manhole
['mænhəʊl]
lỗ cống

42 motorcycle
['məʊtəsaɪkl]
xe gắn máy

43 street vendor
[striːt 'vendər]
người bán dạo trên đường

44 drive-through window
['draɪv θruː 'wɪndəʊ]
ô hàng bán qua cửa sổ cho tài xế

45 service station
['sɜːvɪs steɪʃn]
trạm bảo dưỡng xe

46 launderette
[ˌlɔːndə'ret]
hiệu giặt tự động

47 park
[pɑːk]
công viên

48 zoo
[zuː]
sở thú

49 railway station
['reɪlweɪ 'steɪʃn]
ga xe lửa

TOPIC 31

People and Physical Descriptions
Người và các miêu tả hình dáng

A. Child - children [tʃaɪld - tʃaɪldrən] — *Trẻ em*

¹ baby/infant ['beɪbi/'ɪnfənt] *trẻ nhỏ*
² toddler ['tɒdlər] *trẻ chập chững*
³ boy [bɔɪ] *con trai*
⁴ girl [gɜːl] *con gái*
⁵ teenager ['tiːneɪdʒər] *thanh thiếu niên*

B. Adult ['ædʌlt] — *Người lớn*

⁶ man-men [mæn-men] *đàn ông*
⁷ woman-women ['wʊmən-,wɪmɪn] *phụ nữ*
⁸ senior citizen/elderly person [,siːniə 'sɪtɪzn/ 'eldəli 'pɜːsn] *người già*

C. Age [eɪdʒ] — *Tuổi tác*

⁹ young [jʌŋ] *trẻ*
¹⁰ middle-aged [,mɪdl 'eɪdʒd] *trung niên*
¹¹ old/elderly [əʊld/'eldəli] *già*

D. Height [haɪt] — *Chiều cao*

¹² tall [tɔːl] *cao*
¹³ short [ʃɔːt] *thấp*
¹⁴ average height ['ævərɪdʒ haɪt] *chiều cao trung bình*

E. Weight [weɪt] – *Cân nặng*

15 heavy
['hevi]
nặng

16 average weight
['ævərɪdʒ weɪt]
cân nặng trung bình

17 thin/slim
[θɪn/slɪm]
ốm, gầy

18 pregnant
['pregnənt]
có thai

19 physically challenged
['fɪzɪkli 'tʃælɪndʒd]
khuyết tật

20 vision impaired
['vɪʒn ɪm'peəd]
khiếm thị

21 hearing impaired
['hɪərɪŋ ɪm'peəd]
khiếm thính

F. Describing hair [dɪ'skraɪbɪŋ heər] – *Mô tả về tóc*

22 long
[lɒŋ]
tóc dài

23 shoulder length
['ʃəʊldə leŋθ]
tóc ngang vai

24 short
[ʃɔːt]
tóc ngắn

25 straight
[streɪt]
tóc thẳng

26 wavy
['weɪvi]
tóc gợn sóng

27 curly
['kɜːli]
tóc xoăn

28 black
[blæk]
tóc đen

29 brown
[braʊn]
tóc nâu

 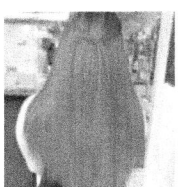  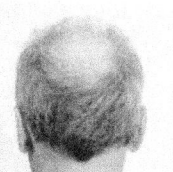

³⁰ blond [blɒnd] *tóc vàng*   ³¹ red [red] *tóc đỏ*   ³² gray [greɪ] *tóc hoa râm*   ³³ bald [bɔːld] *hói*

³⁴ beard [bɪəd] *râu quai nón*   ³⁵ mustache [məˈstɑːʃ] *ria mép*

G. Mô tả màu da – *Describing skin colour* [dɪˈskraɪbɪŋ skɪn kʌlə(r)]

   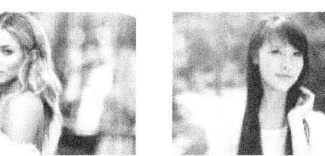

³⁶ bloodless [ˈblʌdləs] *tái nhợt*   ³⁷ dusky [ˈdʌski] *có màu tối*   ³⁸ brown [braʊn] *da nâu*   ³⁹ fair [feər] *da trắng*

⁴⁰ pallor [ˈpælə(r)] *xanh xao*   ⁴¹ rosy [ˈrəʊzi] *hồng hào*

TOPIC 32 — Describing people and things – *Miêu tả người và đồ vật*

¹ new – old
[nju: – əʊld]
mới - cũ

² young – old
[jʌŋ – əʊld]
trẻ - già

³ tall – short
[tɔ:l – ʃɔ:t]
cao - thấp

⁴ long – short
[lɒŋ – ʃɔ:t]
dài - ngắn

⁵ large – small
[lɑ:dʒ – smɔ:l]
⁶ big – little
[bɪg – 'lɪtl]
lớn - nhỏ

⁷ fast – slow
[fɑ:st – sləʊ]
nhanh - chậm

⁸ heavy – thin
['hevi – θɪn]
⁹ fat – skinny
[fæt – 'skɪni]
mập - ốm

¹⁰ heavy – light
['hevi – laɪt]
nặng - nhẹ

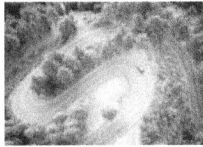   

¹¹ straight – crooked
[streɪt – 'krʊkɪd]
thẳng tắp - quanh co

¹² straight – curly
[streɪt – 'kɜ:li]
thẳng - xoăn

¹³ wide – narrow
[waɪd – 'nærəʊ]
rộng - hẹp

¹⁴ thick – thin
[θɪk – θɪn]
dày - mỏng

  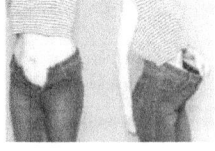 

¹⁵ dark – light
[dɑ:k – laɪt]
sáng - tối

¹⁶ high – low
[haɪ – ləʊ]
cao - thấp

¹⁷ loose – tight
[lu:s – taɪt]
rộng - chật

¹⁸ good – bad
[gʊd – bæd]
tốt - xấu

  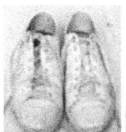 

19 hot – cold
[hɒt - kəʊld]
nóng - lạnh

20 neat – messy
[niːt - 'mesi]
ngăn nắp - bừa bộn

21 clean – dirty
[kliːn - 'dɜːti]
sạch - dơ

22 soft – hard
[sɒft - hɑːd]
mềm - cứng

23 easy – difficult/hard
['iːzi - 'dɪfɪkəlt/hɑːd]
dễ - khó

24 smooth – rough
[smuːð - rʌf]
trơn láng - xù xì

25 noisy/loud – quiet
['nɔɪzi/laʊd - 'kwaɪət]
ồn ào - yên lặng

26 married – single
['mærid - 'sɪŋgl]
đã kết hôn - độc thân

27 rich/wealthy – poor
[rɪtʃ/'welθi - pɔː(r)]
giàu - nghèo

28 pretty/beautiful – ugly
['prɪti/'bjuːtɪfl - 'ʌgli]
dễ thương - xấu

29 handsome – ugly
['hænsəm - 'ʌgli]
đẹp trai - xấu

30 wet – dry
[wet - draɪ]
khô - ẩm ướt

31 open – closed
['əʊpən - kləʊzd]
mở - đóng

32 full – empty
[fʊl - 'empti]
đầy - trống rỗng

33 expensive – cheap/inexpensive
[ɪk'spensɪv - tʃiːp/ˌɪnɪk'spensɪv]
đắt - rẻ

34 fancy – plain
['fænsi - pleɪn]
cầu kỳ - đơn giản

35 shiny – dull
['ʃaɪni - dʌl]
sáng bóng - xỉn

36 sharp – dull
[ʃɑːp - dʌl]
bén - cùn

37 comfortable – uncomfortable
['kʌmftəbl - ʌn'kʌmftəbl]
thoải mái - không thoải mái

38 honest – dishonest
['ɒnɪst - dɪs'ɒnɪst]
thật thà - không trung thực

39 bold – timid
[bəʊld - 'tɪmɪd]
dũng cảm - nhát gan

40 bright – dim
[braɪt - dɪm]
sáng - tối mờ

41 delicious – awful
[dɪ'lɪʃəs - 'ɔːfl]
ngon - dở

42 happy – sad
['hæpi - sæd]
vui - buồn

43 funny – serious
['fʌni - 'sɪəriəs]
khôi hài - nghiêm túc

44 kind – cruel
[kaɪnd - 'kruːəl]
tử tế - độc ác

CHỦ ĐỀ 33 — Describing Physical States and Emotions
Miêu tả thể trạng và cảm xúc

¹ tired
['taɪəd]
mệt

² sleepy
['sli:pi]
buồn ngủ

³ exhausted
[ɪg'zɔ:stɪd]
kiệt sức; mệt lử

⁴ sick/ill
[sɪk/ɪl]
bệnh

⁵ hot
[hɒt]
nóng

⁶ cold
[kəʊld]
lạnh

⁷ hungry
['hʌŋgri]
đói bụng

⁸ thirsty
['θɜ:sti]
khát nước

⁹ full
[fʊl]
no

¹⁰ happy
['hæpi]
hạnh phúc

¹¹ sad/unhappy
[sæd/ʌn'hæpi]
buồn bã/không hạnh phúc

¹² miserable
['mɪzrəbl]
nghèo nàn

¹³ excited
[ɪk'saɪtɪd]
phấn khích

¹⁴ disappointed
[ˌdɪsə'pɔɪntɪd]
thất vọng

¹⁵ upset
[ʌp'set]
khó chịu

¹⁶ annoyed
[ə'nɔɪd]
bực mình

¹⁷ angry/mad ['æŋgri/mæd] *giận dữ*
¹⁸ furious ['fjʊəriəs] *điên tiết*
¹⁹ disgusted [dɪs'gʌstɪd] *phẫn nộ*
²⁰ frustrated [frʌ'streɪtɪd] *nản lòng*

²¹ surprised [sə'praɪzd] *bất ngờ; ngạc nhiên*
²² shocked [ʃɒkt] *kinh ngạc*
²³ lonely ['ləʊnli] *cô đơn*
²⁴ homesick ['həʊmsɪk] *nhớ nhà*

²⁵ nervous ['nɜːvəs] *căng thẳng*
²⁶ worried ['wʌrid] *lo lắng*
²⁷ scared/afraid [skeəd/ə'freɪd] *sợ hãi*
²⁸ bored [bɔːd] *chán*

²⁹ proud [praʊd] *tự hào*
³⁰ embarrassed [ɪm'bærəst] *bối rối; ngượng*
³¹ jealous ['dʒeləs] *ghen tỵ*
³² confused [kən'fjuːzd] *bối rối; lúng túng*

CHỦ ĐỀ 34: Fruits – *Trái cây*

1. apple ['æpl] *quả táo*
2. peach [pi:tʃ] *quả đào*
3. pear [peər] *quả lê*
4. banana [bə'nɑ:nə] *quả chuối*

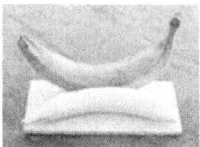

5. plantain ['plæntɪn] *chuối lá*
6. plum [plʌm] *quả mận*
7. apricot ['eɪprɪkɒt] *quả mơ*
8. nectarine ['nektəri:n] *quả xuân đào*

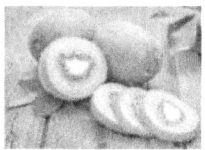

9. kiwi ['ki:wi:] *quả kiwi*
10. papaya [pə'paɪə] *quả đu đủ*
11. mango ['mæŋgəʊ] *quả xoài*
12. fig [fɪg] *quả vả*

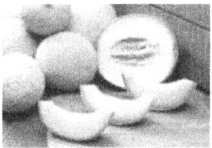

13. coconut ['kəʊkənʌt] *quả dừa*
14. avocado [ˌævə'kɑ:dəʊ] *quả lê tàu; quả bơ*
15. cantaloupe ['kæntəlu:p] *dưa đỏ*
16. honeydew (melon) [ˌhʌnidju: 'melən] *dưa bở ruột xanh*

17 watermelon ['wɔ:təmelən] *dưa hấu*

18 pineapple ['paɪnæpl] *quả dứa*

19 grapefruit ['greɪpfru:t] *bưởi chùm*

20 lemon ['lemən] *quả chanh*

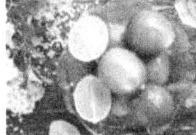   

21 lime [laɪm] *chanh cốm*

22 orange ['ɒrɪndʒ] *quả cam*

23 tangerine [ˌtændʒə'ri:n] *quả quýt*

24 grapes [greɪps] *nho*

   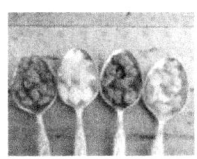

25 cherries ['tʃerɪz] *anh đào*

26 prunes [pru:nz] *mận khô*

27 dates [deɪts] *quả chà là*

28 raisins ['reɪznz] *nho khô*

29 nuts [nʌts] *quả hạch*

30 raspberries ['rɑ:zbərɪz] *quả mâm xôi*

31 blueberries ['blu:bərɪz] *cây việt quất*

32 strawberries ['strɔ:bərɪz] *dâu tây*

CHỦ ĐỀ 34: Vegetables – *Rau củ*

1. celery ['seləri] *cần tây*
2. corn [kɔːn] *bắp*
3. broccoli ['brɒkəli] *bông cải xanh*
4. cauliflower ['kɒliflaʊə(r)] *súp lơ*

5. spinach ['spɪnɪtʃ] *rau bina*
6. parsley ['pɑːsli] *rau mùi tây*
7. asparagus [ə'spærəgəs] *măng tây*
8. eggplant ['egplɑːnt] *cà tím*

9. lettuce ['letɪs] *rau diếp*
10. cabbage ['kæbɪdʒ] *cải bắp*
11. bok choy [ˌbɒk 'tʃɔɪ] *cải rổ*
12. zucchini [zuˈkiːni] *bí xanh*
13. acorn squash ['eɪkɔːn skwɒʃ] *quả bí đầu*

14. butternut squash [ˌbʌtənʌt 'skwɒʃ] *quả bí đỏ*
15. garlic ['gɑːlɪk] *tỏi*
16. pea [piː] *đậu Hà Lan*
17. string bean [ˌstrɪŋ 'biːn]
18. green bean [griːn 'biːn] *đậu tây*
19. lima bean ['liːmə biːn] *đậu lima*

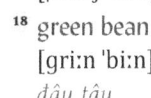

²⁰ black bean [blæk biːn] *đậu đen*

²¹ kidney bean [ˈkɪdni biːn] *đậu lửa*

²² brussels sprout [ˌbrʌslz ˈspraʊt] *cải bruxen*

²³ cucumber [ˈkjuːkʌmbə(r)] *dưa chuột*

²⁴ tomato [təˈmɑːtəʊ] *cà chua*

²⁵ carrot [ˈkærət] *cà rốt*

²⁶ radish [ˈrædɪʃ] *củ cải*

²⁷ mushroom [ˈmʌʃrʊm] *nấm*

  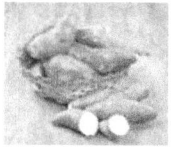 

²⁸ artichoke [ˈɑːtɪtʃəʊk] *bông atisô*

²⁹ potato [pəˈteɪtəʊ] *khoai tây*

³⁰ sweet potato [ˌswiːt pəˈteɪtəʊ] *khoai lang*

³¹ yam [jæm] *khoai mỡ*

  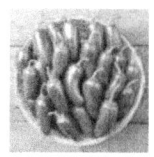  

³² green pepper [griːn ˈpepə(r)] *ớt xanh*

³³ sweet pepper [ˌswiːt ˈpepə(r)] *ớt xanh*

³⁴ red pepper [red ˈpepər] *ớt đỏ*

³⁵ jalapeño (pepper) [ˌhæləˈpeɪnjəʊ ˈpepər] *ớt Mêhicô*

³⁶ chili pepper [ˈtʃɪli ˈpepər] *ớt hiểm*

³⁷ beet [biːt] *củ cải đường*

³⁸ onion [ˈʌnjən] *củ hành tây*

³⁹ scallion/green onion [ˈskæliən/griːn ˈʌnjən] *hành lá*

⁴⁰ turnip [ˈtɜːnɪp] *củ cải*

TOPIC 36

Meat, Poultry, and Seafood
Thịt gia súc, thịt gia cầm và hải sản

A. Meat [miːt] – *Thịt gia súc*

 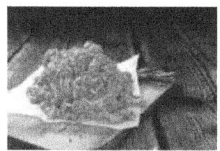  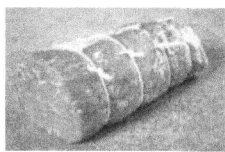

¹ steak [steɪk]
thịt bò miếng

² ground beef
[graʊnd biːf]
thịt bò xay

³ stewing beef
[stjuːɪŋ biːf]
thịt bò hầm

⁴ roast beef
[rəʊst biːf]
thịt bò quay/nướng

 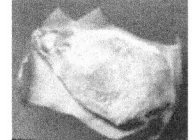 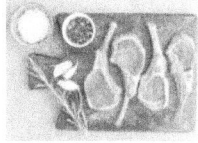 

⁵ ribs [rɪbz]
xương sườn

⁶ leg of lamb
[leg əv læm]
giò cừu

⁷ lamb chops
[læm tʃɒps]
thịt sườn cừu

⁸ tripe [traɪp]
bao tử (bò/cừu)

   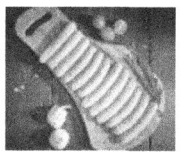

⁹ liver
['lɪvər]
gan

¹⁰ pork
[pɔːk]
thịt lợn

¹¹ pork chops
[pɔːk tʃɒps]
*thịt sườn lợn;
thịt cotlet*

¹² sausages
['sɒsɪdʒz]
xúc xích

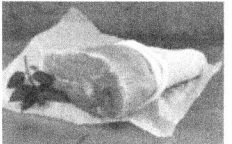 

¹³ ham [hæm]
thịt đùi lợn

¹⁴ bacon ['beɪkən]
*thịt hông/thịt lợn
muối xông khói*

B. Poultry [ˈpəʊltri] – *Gia cầm*

  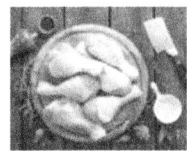 

15 chicken
[ˈtʃɪkɪn]
gà

16 chicken breasts
[ˈtʃɪkɪn brests]
ức gà

17 chicken legs/drumsticks
[ˈtʃɪkɪn legz/ˈdrʌmstɪks]
đùi gà

18 chicken wings
[ˈtʃɪkɪn wɪŋz]
cánh gà

19 chicken thighs
[ˈtʃɪkɪn θaɪ]
nạc đùi gà

20 turkey
[ˈtɜːki]
gà tây

21 duck
[dʌk]
vịt

C. Seafood [ˈsiːfuːd] – *Hải sản*
Fish [fɪʃ] – *Cá*

  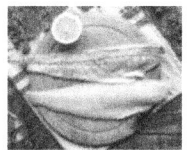 

22 salmon
[ˈsæmən]
thịt cá hồi

23 halibut
[ˈhælɪbət]
cá bơn lưỡi ngựa

24 haddock
[ˈhædək]
cá tuyết

25 flounder
[ˈflaʊndə(r)]
cá bơn

   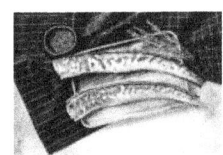

26 trout
[traʊt]
cá hồi

27 catfish
[ˈkætfɪʃ]
cá trê

28 filet of sole
[ˈfɪlɪt əv səʊl]
phi lê cá bơn

29 eel [iːl]
cá chình

³⁰ squid ³¹ tuna ³² snapper
[skwɪd] ['tjuːnə] ['snæpə(r)]
mực ống *cá ngừ* *cá chỉ vàng*

Shellfish ['ʃelfɪʃ] – *Giáp xác*

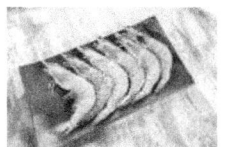   

³³ shrimp ³⁴ scallops ³⁵ crabs ³⁶ clams
[ʃrɪmp] ['skɒləps] [kræbz] [klæmz]
tôm *con điệp/sò* *cua* *con hến/nghêu*

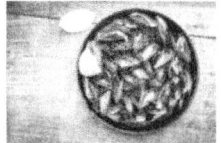  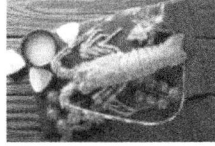 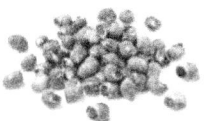

³⁷ mussels ³⁸ oysters ³⁹ lobster ⁴⁰ winkles
['mʌslz] ['ɔɪstərz] ['lɒbstə(r)] ['wɪŋklz]
con trai *con hàu* *tôm hùm* *ốc bờ*

 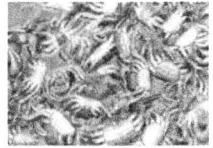

⁴¹ freshwater crayfish ⁴² field crab
['freʃwɔːtər 'kreɪfɪʃ] ['fiːld kræb]
tôm đồng *cua đồng*

TOPIC 37 — Dairy products, Juices, and Beverages
Những sản phẩm từ sữa, nước ép trái cây và nước giải khát

A. Dairy Products [ˈdeəri ˈprɒdʌkts] – *Những sản phẩm từ sữa*

1. milk [mɪlk] — *sữa*
2. low-fat milk [ˌləʊ ˈfæt mɪlk] — *sữa không béo*
3. skim milk [skɪm mɪlk] — *sữa không kem*
4. chocolate milk [ˈtʃɒklət mɪlk] — *sữa sô cô la*
5. orange juice [ˈɒrɪndʒ dʒuːs] — *nước ép cam*

6. cheese [tʃiːz] — *phô mai*
7. butter [ˈbʌtər] — *bơ*
8. margarine [ˌmɑːdʒəˈriːn] — *bơ thực vật*
9. sour cream [ˌsaʊə ˈkriːm] — *kem chua*
10. cream cheese [ˈkriːm tʃiːz] — *phô mai nguyên kem*

   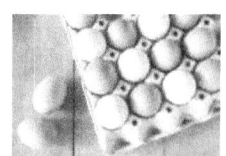

11. cottage cheese [ˈkɒtɪdʒ tʃiːz] — *phô mai không kem*
12. yogurt [ˈjɒgət] — *sữa chua*
13. tofu [ˈtəʊfuː] — *đậu hũ*
14. eggs [egz] — *trứng*

B. Juices [dʒuːs] – *Nước ép*

15. apple juice [ˈæpl dʒuːs] — *nước táo ép*
16. pineapple juice [ˈpaɪnæpl dʒuːs] — *nước dứa ép*
17. grapefruit juice [ˈgreɪpfruːt dʒuːs] — *nước bưởi ép*
18. tomato juice [təˈmɑːtəʊ dʒuːs] — *nước cà chua ép*

¹⁹ grape juice
['greɪp dʒuːs]
nước nho ép

²⁰ fruit punch
[fruːt pʌntʃ]
rượu trái cây

²¹ juice pack
[dʒuːs ˌpæk]
lốc nước ép

²² powdered drink mix
['paʊdəd drɪŋk mɪks]
bột trái cây

C. Beverages ['bevərɪdʒ] – *Nước giải khát*

²³ soda
['səʊdə]
nước ngọt

²⁴ diet soda
['daɪət 'səʊdə]
nước ngọt dành cho người ăn kiêng

²⁵ bottled water
['bɒtld 'wɔːtər]
nước đóng chai

D. Coffee and Tea ['kɒfi ənd tiː] – *Cà phê và trà*

²⁶ coffee
['kɒfi]
cà phê

²⁷ decaffeinated coffee/decaf
[ˌdiː'kæfɪneɪtɪd 'kɒfi/ 'diːkæf]
cà phê không có caffein

²⁸ instant coffee
['ɪnstənt 'kɒfi]
cà phê hòa tan

²⁹ tea
[tiː]
trà

³⁰ herbal tea
['hɜːbl tiː]
trà thảo mộc

³¹ cocoa/hot chocolate mix
['kəʊkəʊ/hɒt 'tʃɒklət mɪks]
bột ca cao

TOPIC 38

Deli, Frozen foods, and Snack foods
Thức ăn chế biến sẵn, thức ăn đông lạnh, thức ăn vặt

A. Deli ['deli] — *Thức ăn làm sẵn*

 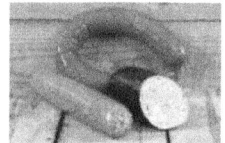 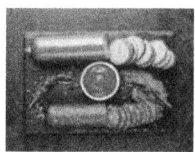 

¹ roast beef [rəʊst biːf] *thịt bò quay*
² bologna [bəˈləʊnjə] *xúc xích hun khói*
³ salami [səˈlɑːmi] *xúc xích kiểu Ý*
⁴ ham [hæm] *giăm bông*

⁵ turkey [ˈtɜːki] *thịt gà tây*
⁶ corned beef [ˌkɔːnd ˈbiːf] *thịt bò muối*
⁷ pastrami [pæˈstrɑːmi] *thịt bò hun khói*
⁸ Swiss cheese [ˌswɪs ˈtʃiːz] *phô mai Thụy Sĩ*

⁹ provolone [ˈprəʊvəʊləʊn] *phô mai hun khói Ý*
¹⁰ American cheese [əˌmerɪkən ˈtʃiːz] *phô mai Mỹ*
¹¹ mozzarella [ˌmɒtsəˈrelə] *phô mai trắng của Ý*
¹² cheddar cheese [ˈtʃedər ˈtʃiːz] *phô mai Anh*
¹³ potato salad [pəˈteɪtəʊ ˈsæləd] *khoai tây trộn*

  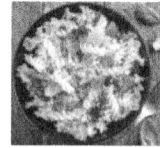 

¹⁴ coleslaw [ˈkəʊl slɔː] *gỏi bắp cải*
¹⁵ macaroni salad [ˌmækəˈrəʊni ˈsæləd] *nui trộn*
¹⁶ pasta salad [ˈpæstə ˈsæləd] *mì ống trộn*
¹⁷ seafood salad [ˈsiːfuːd ˈsæləd] *gỏi hải sản*

B. Frozen Foods ['frəʊzn fuːdz] – *Thực phẩm đông lạnh*

¹⁸ ice cream
[ˌaɪs 'kriːm]
kem

¹⁹ frozen vegetables
['frəʊzn 'vedʒtəblz]
rau củ ướp lạnh

²⁰ frozen dinners
['frəʊzn 'dɪnərz]
thức ăn tối ướp lạnh

²¹ frozen lemonade
['frəʊzn ˌlemə'neɪd]
nước chanh ướp lạnh

²² frozen orange juice
['frəʊzn 'ɒrɪndʒ dʒuːs]
nước cam ướp lạnh

C. Snack Foods [snæk fuːd] – *Thức ăn vặt*

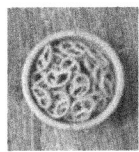
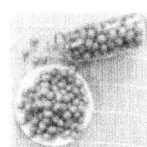

²³ potato chips
[pə'teɪtəʊ tʃɪps]
khoai tây rán

²⁴ tortilla chips
[tɔː'tiːə tʃɪps]
bánh ngô rán

²⁵ pretzels
['pretslz]
bánh quy xoắn

²⁶ nuts
[nʌts]
đậu phộng

²⁷ popcorn
['pɒpkɔːn]
bắp rang

²⁸ candy
['kændi]
kẹo

²⁹ fruit
[fruːt]
trái cây

³⁰ cookies
['kʊkiz]
bánh quy

³¹ crackers
['krækəz]
bánh quy giòn

TOPIC 39 — Groceries – *Hàng tạp hóa*

A. Packaged Goods ['pækɪdʒ gʊdz] – *Sản phẩm đóng gói*

 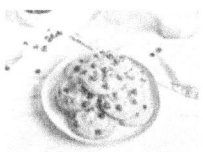  

¹ cereal ² cookies ³ crackers ⁴ macaroni
['sɪərɪəl] ['kʊkiz] ['krækəz] [,mækə'rəʊni]
ngũ cốc *bánh qui* *bánh qui giòn* *nui*

 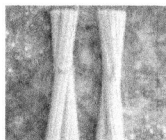 

⁵ noodles ⁶ spaghetti ⁷ rice
['nu:dlz] [spə'geti] [raɪs]
mì sợi *mì Ý* *gạo*

B. Canned Goods [kænd gʊdz] – *Sản phẩm đóng hộp*

  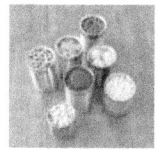 

⁸ soup ⁹ tuna (fish) ¹⁰ (canned) vegetables ¹¹ (canned) fruit
[su:p] ['tju:nə fɪʃ] [kænd 'vedʒtəblz] [kænd fru:t]
súp *cá ngừ hộp* *rau củ đóng hộp* *trái cây đóng hộp*

C. Jams and Jellies [dʒæmz ənd 'dʒeliz] – *Mứt và thạch*

¹² jam ¹³ jelly ¹⁴ peanut butter
[dʒæm] ['dʒeli] [,pi:nʌt 'bʌtər]
mứt *thạch* *bơ đậu phụng*

D. Condiments ['kɒndɪmənt] – Đồ gia vị

15 ketchup ['ketʃəp] sốt cà chua
16 mustard ['mʌstəd] mù tạc
17 relish ['relɪʃ] nước chấm
18 pickles ['pɪklz] dưa góp

19 olives ['ɒlɪv] ô liu
20 salt [sɔːlt] muối
21 pepper ['pepər] tiêu
22 spices [spaɪsɪz] gia vị

23 soy sauce [ˌsɔɪ 'sɔːs] xì dầu
24 mayonnaise [ˌmeɪə'neɪz] xốt mayonnaise
25 (cooking) oil ['kʊkɪŋ ɔɪl] dầu ăn
26 olive oil ['ɒlɪv ɔɪl] dầu ô liu

27 salsa ['sælsə] xốt chua ngọt
28 vinegar ['vɪnɪgər] giấm
29 salad dressing ['sæləd dresɪŋ] dầu giấm

E. Baked Goods [beɪk gʊdz] – *Sản phẩm nướng*

  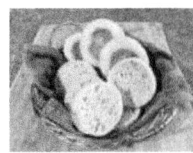  

³⁰ bread [bred] *bánh mì*   ³¹ rolls [rəʊlz] *bánh mì tròn*   ³² English muffins [ˌɪŋglɪʃ 'mʌfɪnz] *bánh nướng xốp*   ³³ pita bread ['piːtə bred] *bánh mì ổ dẹp*   ³⁴ cake [keɪk] *bánh ngọt*

F. Baking Products ['beɪkɪŋ 'prɒdʌkts] – *Sản phẩm dùng làm bánh*

   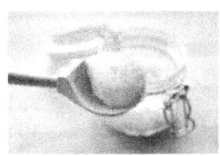

³⁵ flour ['flaʊə(r)] *bột mì*   ³⁶ sugar ['ʃʊgər] *đường*   ³⁷ cake mix [keɪk mɪks] *bột làm bánh trộn sẵn*   ³⁸ clarified butter ['klærəfaɪd 'bʌtər] *bơ tinh khiết*

³⁹ corn flour ['kɔːn flaʊər] *bột bắp*   ⁴⁰ kosher salt ['kəʊʃər sɔːlt] *muối kosher*   ⁴¹ eggs [egz] *trứng*   ⁴² milk [mɪlk] *sữa*

  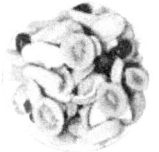 

⁴³ baking powder ['beɪkɪŋ paʊdə] *bột nở*   ⁴⁴ cinnamon ['sɪnəmən] *quế*   ⁴⁵ fried fruit [ˌdraɪd 'fruːt] *trái cây sấy khô*   ⁴⁶ raisins ['reɪznz] *nho khô*

TOPIC 40

Household supplies, baby products and pet food
Đồ gia dụng, sản phẩm dành cho bé và thức ăn cho thú nuôi

A. Paper Products ['peɪpər 'prɒdʌkts] – *Sản phẩm giấy*

1. napkins
['næpkɪnz]
khăn ăn

2. paper cups
['peɪpər kʌps]
ly giấy

3. tissues
['tɪʃuːz]
khăn giấy

4. straws
[strɔːz]
ống hút

5. paper plates
['peɪpər pleɪts]
đĩa giấy

6. paper towels
['peɪpər 'taʊəlz]
khăn giấy cuộn

7. toilet paper
['tɔɪlət 'peɪpər]
giấy vệ sinh

B. Household Items ['haʊshəʊld 'aɪtəmz] – *Vật dụng gia đình*

8. sandwich bags
['sænwɪtʃ bægz]
túi đựng bánh sandwich

9. trash bags
[træʃ bægz]
túi đựng rác

10. soap [səʊp]
xà phòng cục

11. liquid soap
['lɪkwɪd səʊp]
xà phòng nước

12. aluminum foil
[ˌæljə'mɪniəm fɔɪl]
giấy bạc

13. plastic wrap
['plæstɪk ræp]
màng bọc thực phẩm

14. waxed paper
['wækst peɪpər]
giấy sáp

C. Baby Products ['beɪbi 'prɒdʌkts] – *Sản phẩm dành cho bé*

15 baby cereal ['beɪbi 'sɪəriəl] *bột ngũ cốc cho trẻ*

16 baby food ['beɪbi fuːd] *thức ăn cho trẻ*

17 formula ['fɔːmjələ] *sữa bột*

18 wipes [waɪps] *khăn giấy ướt*

19 (disposable) diapers [dɪ'spəʊzəbl 'daɪəpərz] *tã giấy*

20 pacifiers ['pæsɪfaɪəz] *núm vú giả*

21 crib [krɪb] *giường cũi*

22 stroller ['strəʊlə] *xe đẩy*

23 bathtub ['bɑːθtʌb] *chậu tắm*

D. Pet Food [pet fuːd] – *Thực phẩm cho thú nuôi*

  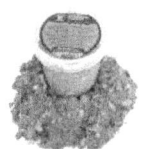

24 cat food [kæt fuːd] *thức ăn cho mèo*

25 dog food [dɒg fuːd] *thức ăn cho chó*

26 fish food [fɪʃ fuːd] *thức ăn cho cá*

27 hamster food ['hæmstər fuːd] *thức ăn cho chuột đồng*

28 wet food ['wet fuːd] *thức ăn ướt*

29 dry food ['draɪ fuːd] *thức ăn khô*

TOPIC 41 — The supermarket – *Siêu thị*

1. aisle
[aɪl]
lối đi

2. shopper/customer
[ˈʃɒpər/ˈʃɒpə(r)]
khách hàng

3. shopping basket
[ˈʃɒpɪŋ ˈbɑːskɪt]
giỏ đựng hàng

4. checkout line
[ˈtʃekaʊt laɪn]
lối vào quầy tính tiền

5. checkout counter
[ˈtʃekaʊt ˈkaʊntə(r)]
quầy tính tiền

6. conveyor belt
[kənˈveɪər belt]
băng tải

7. cash register
[kæʃ ˈredʒɪstər]
máy tính tiền

8. shopping cart
[ˈʃɒpɪŋ kɑːt]
xe đẩy hàng

9. (chewing) gum
[ˈtʃuːɪŋ gʌm]
kẹo cao su

10. candy
[ˈkændi]
kẹo

11. coupons
[ˈkuːpɒnz]
phiếu giảm giá

12. cashier [kæˈʃɪə(r)]
nhân viên tính tiền

13. paper bag
[ˈpeɪpər bæg]
túi giấy

14. bagger/packer
[bægə(r)/ˈpækə(r)]
nhân viên đóng gói

15. express checkout (line)
[ɪkˈspres ˈtʃekaʊt laɪn]
quầy tính tiền nhanh

16 tabloid (newspaper) ['tæblɔɪd 'njuːzpeɪpə(r)] *báo khổ nhỏ*

17 magazine [ˌmægə'ziːn] *tạp chí*

18 scanner ['skænə(r)] *máy quét*

19 plastic bag ['plæstɪk bæg] *túi nilon*

20 produce [prə'djuːs] *nông sản*

21 manager ['mænɪdʒə(r)] *người quản lý*

22 clerk [klɑːk] *nhân viên bán hàng*

23 scale [skeɪl] *cái cân*

24 can-return machine [kən rɪ'tɜːn mə'ʃiːn] *máy bán nước tự động (lon)*

25 bottle-return machine ['bɒtl rɪ'tɜːn mə'ʃiːn] *máy bán nước tự động (chai)*

26 escalator ['eskəleɪtər] *thang cuốn*

   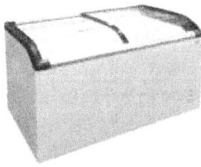

27 cosmetics [kɒz'metɪk] *mỹ phẩm*

28 barcode reader ['bɑːkəʊd 'riːdər] *đầu đọc mã vạch*

29 receipt [rɪ'siːt] *biên lai*

30 freezer ['friːzər] *máy ướp lạnh*

TOPIC 42 — Containers and Quantities – *Bao bì và số lượng*

1. bag [bæg] *bao; túi*
2. bottle ['bɒtl] *chai*
3. box [bɒks] *hộp*
4. bunch [bʌntʃ] *chùm; bó*

5. can [kən] *lon*
6. carton ['kɑːtn] *hộp các-tông*
7. container [kən'teɪnər] *đồ đựng*
8. dozen ['dʌzn] *một tá*

9. head [hed] *cái; búp (bắp cải, xà lách, v.v.)*
10. jar [dʒɑːr] *lọ; hũ*
11. loaf-loaves [ləʊf ləʊvz] *ổ (bánh mì)*
12. pack [pæk] *gói*

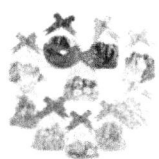

13. package ['pækɪdʒ] *túi*
14. roll [rəʊl] *cuộn*
15. six-pack ['sɪks pæk] *một lốc sáu món*
16. stick [stɪk] *thỏi*

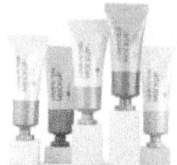   

17 tube [tju:b] *ống; tuýp*

18 pint [paɪnt] *panh (0,568 lít)*

19 quart [kwɔ:t] *lít Anh (1,14 lít)*

20 half-gallon [hɑ:f 'gælən] *nửa galông*

21 gallon ['gælən] *galông = 4 quart (4,5 lít)*

22 liter ['li:tər] *lít*

23 pound [paʊnd] *pao (0,45 kg)*

24 bucket ['bʌkɪt] *xô*

25 glass [glɑ:s] *ly*

26 bowl [bəʊl] *bát*

27 pot [pɒt] *ấm, nồi*

 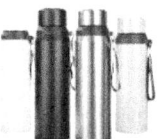   

28 tray [treɪ] *khay*

29 thermos ['θɜ:məs] *bình thủy*

30 vase [veɪs] *bình*

31 vessel ['vesl] *vại*

32 tub [tʌb] *chậu*

TOPIC 43 — Units of Measure – Đơn vị đo lường

1 teaspoon (tsp) ['tiːspuːn] *muỗng cà phê*

2 tablespoon (tnsp) ['teɪblspuːn] *muỗng canh*

3 1 (fluid) ounce [(ˌfluːɪd) 'aʊns] *1 aoxơ (đơn vị đo lường chất lỏng, 1 gal = 128 o₂)*

4 cup (8 fl. ozs.) [kʌp] *tách*

5 pint (16 fl. ozs.) [paɪnt] *panh*

6 quart (32 fl. ozs.) [kwɔːt] *¼ galông*

7 gallon (128 fl. ozs.) ['gælən] *galông*

8 an ounce (oz) [ənaʊns] *1 aoxơ*

9 a quarter of a pound (4 ozs.) [ə 'kwɔːtə(r) əv ə paʊnd] *¼ pao*

10 half a pound (8 ozs.) [hɑːf ə paʊnd] *½ pao*

11 three-quarters of a pound (12 ozs.) [θriː 'kwɔːtə(r)z əv ə paʊnd] *¾ pao*

12 a pound (16 ozs.) [ə paʊnd] *1 pao (1 lb = 0,454 kg)*

TOPIC 44 — Food Preparation and Recipes – Chuẩn bị thức ăn và cách nấu ăn

¹ cut (up)
[kʌt ʌp]
cắt

² chop (up)
[tʃɒp ʌp]
băm

³ slice
[slaɪs]
xắt lát

⁴ grate
[greɪt]
mài

⁵ peel [piːl]
gọt vỏ; bóc vỏ

⁶ break [breɪk]
đập (trứng)

⁷ beat [biːt]
đánh (trứng)

⁸ stir [stɜːr]
khuấy

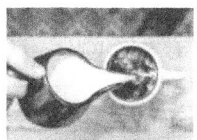

⁹ pour
[pɔːr]
rót; đổ

¹⁰ add [æd]
thêm vào

¹¹ combine (eggs) and (milk)
[kəmˈbaɪn egz ənd mɪlk]
kết hợp (trứng) và (sữa)

¹² mix (flour) and (sugar)
[mɪks flaʊər ənd ˈʃʊgər]
trộn (bột mì) và (đường)

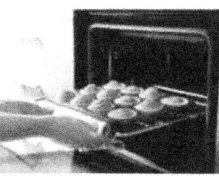
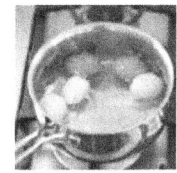

¹³ put (the cookies) in (the oven)
[pʊt ðə ˈkʊki ɪn ði: ˈʌvən]
cho (bánh quy) vào (lò nướng)

¹⁴ cook
[kʊk]
nấu

¹⁵ bake [beɪk]
nướng (bằng lò)

¹⁶ boil
[bɔɪl]
luộc

17 broil [brɔɪl]
nướng (thịt, cá)

18 steam [sti:m]
hấp

19 fry [fraɪ]
chiên; rán

  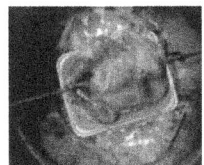

20 saute ['səʊteɪ]
áp chảo

21 simmer ['sɪmər]
ninh nhỏ lửa

22 roast [rəʊst]
quay

 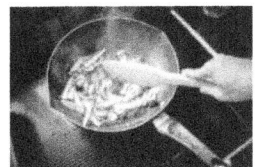 

23 barbecue/grill ['bɑ:bɪkju:/ grɪl]
nướng (thịt, cá) trên vỉ nướng

24 stir-fry ['stɜ: fraɪ]
xào

25 microwave ['maɪkrəweɪv]
nấu bằng vi ba

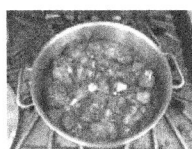  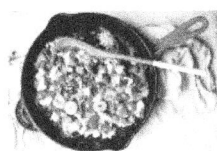 

26 poach [pəʊtʃ]
rim, kho

27 dice [daɪs]
thái hạt lựu

28 scramble ['skræmbl]
trộn

29 knead [ni:d]
nhào

TOPIC 45

Kitchen Utensils and Cookware
Đồ dùng nhà bếp và dụng cụ nấu nướng

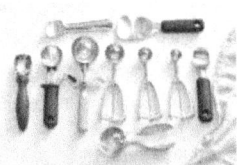 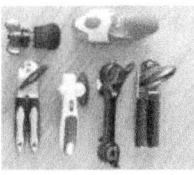 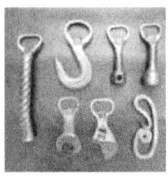 

1. ice cream scoop [ˌaɪs 'kriːm skuːp] *muỗng múc kem*
2. can opener [kən 'əʊpnə(r)] *đồ khui lon*
3. bottle opener ['bɒtl əʊpnə(r)] *đồ khui chai*
4. (vegetable) peeler ['vedʒtəbl 'piːlər] *dụng cụ gọt vỏ*

5. (egg) beater [eg 'biːtər] *dụng cụ đánh trứng*
6. lid/cover/top [lɪd/'kʌvər/tɒp] *nắp; vung*
7. pot [pɒt] *nồi*
8. frying pan/skillet ['fraɪɪŋ pæn/'skɪlɪt] *chảo rán*

  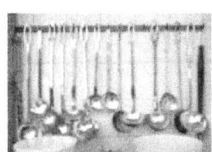 

9. double boiler ['dʌbl 'bɔɪlər] *nồi hấp*
10. wok [wɒk] *cái chảo*
11. ladle ['leɪdl] *cái môi*
12. strainer ['streɪnə(r)] *cái lọc*

13. spatula ['spætʃələ] *cái xẻng*
14. steamer ['stiːmə(r)] *vỉ hấp*
15. knife [naɪf] *dao*
16. garlic press ['gɑːlɪk pres] *dụng cụ ép tỏi*

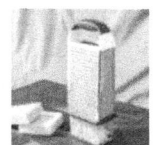   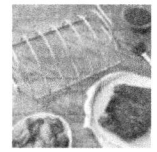 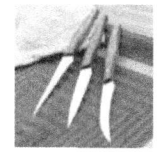

17 grater ['greɪtər] *dụng cụ nạo*

18 casserole dish ['kæsərəʊl dɪʃ] *đĩa chịu nhiệt dùng để nấu thức ăn trong lò*

19 roasting pan ['rəʊstɪŋ pæn] *chảo nướng*

20 roasting rack ['rəʊstɪŋ ræk] *giá nướng*

21 carving knife ['kɑːvɪŋ naɪf] *dao khắc*

  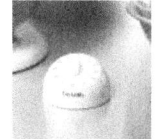 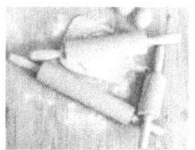 

22 saucepan ['sɔːspən] *cái chảo*

23 colander ['kʌləndə(r)] *cái chao*

24 kitchen timer ['kɪtʃɪn 'taɪmər] *thiết bị bấm giờ trong nhà bếp*

25 rolling pin ['rəʊlɪŋ pɪn] *trục cán*

26 pie plate [paɪ pleɪt] *đĩa nướng bánh*

  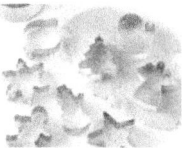  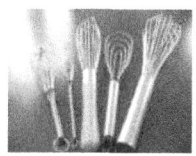

27 paring knife ['peərɪŋ naɪf] *dao gọt vỏ*

28 cookie sheet ['kʊki ʃiːt] *khay đựng bánh qui*

29 cookie cutter ['kʊki 'kʌtər] *khuôn đựng bánh qui*

30 (mixing) bowl ['mɪksɪŋ bəʊl] *tô trộn bột*

31 whisk [wɪsk] *dụng cụ đánh trứng, bột*

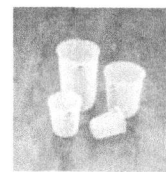   

32 measuring cup ['meʒərɪŋ kʌp] *ly dùng để đo lường*

33 measuring spoon ['meʒərɪŋ spuːn] *muỗng dùng để đo lường*

34 cake pan [keɪk pæn] *khuôn nướng bánh*

35 wooden spoon [ˌwʊdn 'spuːn] *muỗng gỗ*

TOPIC 46 — Fast Food – *Thức ăn nhanh*

1. hamburger ['hæmbɜ:gə(r)] *bánh mì kẹp thịt băm*
2. cheeseburger ['tʃi:zbɜ: gə(r)] *bánh mì kẹp thịt băm và phô mai*
3. hot dog ['hɒt dɒg] *bánh mì kẹp xúc xích*
4. fish sandwich [fɪʃ 'sænwɪtʃ] *bánh mì kẹp cá*

 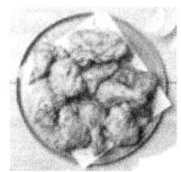  

5. chicken sandwich ['tʃɪkɪn 'sænwɪtʃ] *bánh mì kẹp thịt gà*
6. fried chicken [fraɪd 'tʃɪkɪn] *gà rán*
7. french fries [frentʃ fraɪz] *khoai tây rán*
8. nachos ['nætʃəʊz] *món bánh ngô rán (Mexico)*

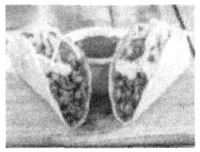 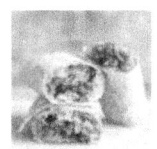  

9. taco ['tækəʊ] *bánh kẹp thịt chiên giòn (Mexico)*
10. burrito [bʊ'ri:təʊ] *bánh mì cuộn thịt (Mexico)*
11. slice of pizza [slaɪs əv 'pi:tsə] *miếng pizza*
12. bowl of chili [bəʊl əv 'tʃɪli] *chén thịt nấu đậu, ớt (Mexico)*

13. salad ['sæləd] *rau trộn*
14. ice cream [,aɪs 'kri:m] *kem*
15. frozen yogurt ['frəʊzn 'jɒgət] *kem sữa chua*
16. milkshake ['mɪlkʃeɪk] *sữa khuấy*

   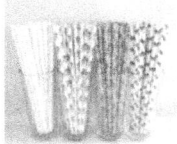

17 soda ['səʊdə] *nước ngọt*
18 lids [lɪdz] *nắp ly*
19 paper cups ['peɪpər kʌps] *ly giấy*
20 straws [strɔːz] *ống hút*

21 napkins ['næpkɪnz] *khăn giấy*
22 plastic utensils ['plæstɪk juː'tenslz] *đồ dùng bằng nhựa*
23 ketchup ['ketʃəp] *xốt cà chua*
24 mustard ['mʌstəd] *mù tạc*

25 mayonnaise [ˌmeɪə'neɪz] *xốt mayonnaise*
26 relish ['relɪʃ] *gia vị*
27 salad dressing ['sæləd dresɪŋ] *dầu giấm*
28 popcorn ['pɒpkɔːn] *bắp rang*

  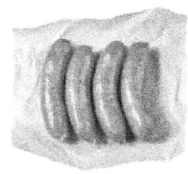 

29 croissant [kwɑː'sɑːnt] *bánh sừng bò*
30 donut ['dəʊnʌt] *bánh rán*
31 sausage ['sɒsɪdʒ] *xúc xích*
32 coke [kəʊk] *cô ca cô la*

TOPIC 47

The Coffee Shop and Sandwiches
Quán cà phê và các loại bánh sandwich

1. donut ['dəʊnʌt]
   bánh cam vòng
2. muffin ['mʌfɪn]
   bánh nước xốp
3. bagel ['beɪgl]
   bánh mì vòng
4. bun [bʌn]
   bánh sữa nhỏ

5. danish/pastry
   ['deɪnɪʃ/'peɪstri]
   bánh nhân táo và hạnh nhân có phết kem
6. biscuit ['bɪskɪt]
   bánh mì tròn, xốp
7. croissant
   ['kɪwæsɒ̃]
   bánh sừng trâu
8. eggs [egz]
   trứng chiên

9. pancakes
   ['pænkeɪks]
   bánh kếp
10. waffles
    ['wɒflz]
    bánh quế
11. toast [təʊst]
    bánh mì nướng
12. bacon ['beɪkən]
    thịt lợn muối

13. sausages
    ['sɒsɪdʒɪz]
    xúc xích
14. home fries
    [həʊm fraɪz]
    khoai tây rán
15. coffee
    ['kɒfi]
    cà phê
16. decaf coffee
    ['di:kæf 'kɒfi]
    cà phê không caffein

¹⁷ tea
[ti:]
trà

¹⁸ iced tea
[aɪst ti:]
trà đá

¹⁹ lemonade
[ˌleməˈneɪd]
nước chanh

²⁰ hot chocolate
[ˌhɒt ˈtʃɒklət]
sô cô la nóng

²¹ milk
[mɪlk]
sữa

²² tuna fish sandwich
[ˈtjuːnə fɪʃ ˈsænwɪtʃ]
bánh mì kẹp cá ngừ

²³ egg salad sandwich
[eg ˈsæləd ˈsænwɪtʃ]
bánh mì kẹp trứng trộn

²⁴ chicken salad sandwich
[ˈtʃɪkɪn ˈsæləd ˈsænwɪtʃ]
bánh mì kẹp thịt gà trộn

²⁵ ham and cheese sandwich
[hæm ənd tʃiːz ˈsænwɪtʃ]
bánh mì kẹp thịt xông khói và phô mai

²⁶ corned beef sandwich
[ˌkɔːnd ˈbiːf ˈsænwɪtʃ]
bánh mì kẹp thịt bò muối

²⁷ BLT/bacon, lettuce, and tomato sandwich
[ˌbiː el ˈtiː/ ˈbeɪkən ˈletɪs ənd təˈmɑːtəʊ ˈsænwɪtʃ]
bánh mì kẹp thịt lợn muối xông khói, rau diếp và cà chua

²⁸ roast beef sandwich
[rəʊst biːf ˈsænwɪtʃ]
bánh mì kẹp thịt bò nướng

²⁹ white bread
[ˈwaɪt bred]
bánh mì trắng

³⁰ whole wheat bread
[həʊl wiːt bred]
bánh mì lúa mạch

³¹ pita bread
[ˈpiːtə bred]
bánh mì dẹp

³² pumpernickel
[ˈpʌmpənɪkl]
bánh mì đen của Đức

³³ rye bread [raɪ bred]
bánh mì lúa mạch đen

³⁴ a roll [ə rəʊl]
ổ bánh mì tròn

³⁵ a submarine roll
[ə ˌsʌbməˈriːn rəʊl]
ổ bánh mì dài

TOPIC 48 — The Restaurant – *Nhà hàng*

1. seat the customers [siːt ðə 'kʌstəmərz] *bố trí chỗ ngồi cho khách*
2. hostess ['həʊstəs] *tiếp viên nữ*
3. host [həʊst] *tiếp viên nam*
4. diner/patron/customer ['daɪnə(r)/'peɪtrən/'kʌstəmə(r)] *khách hàng*

5. booth [buːð] *chỗ ngồi*
6. table ['teɪbl] *bàn*
7. high chair ['haɪ tʃeər] *ghế cao dành cho trẻ*
8. booster seat ['buːstə siːt] *ghế nâng dành cho em bé*

9. pour the water [pɔːr ðə 'wɔːtər] *rót nước*
10. menu ['menjuː] *thực đơn*
11. bread basket [bred 'bɑːskɪt] *rổ bánh mì*
12. busperson [bʌs'pɜːsn] *nhân viên dọn bàn*

13. take the order [teɪk ðə 'ɔːdər] *ghi món ăn*
14. waitress/server ['weɪtrəs/'sɜːvə(r)] *nữ nhân viên phục vụ bàn*
15. serve the meal [sɜːv ðə miːl] *phục vụ bữa ăn*
16. waiter/server ['weɪtə(r)/'sɜːvə(r)] *nam nhân viên phục vụ bàn*

¹⁷ salad bar
['sæləd bɑːr]
quầy rau trộn

¹⁸ dining room
['daɪnɪŋ ruːm]
phòng ăn

¹⁹ kitchen
['kɪtʃɪn]
nhà bếp

²⁰ chef [ʃef]
bếp trưởng

²¹ dishroom
[dɪʃruːm]
phòng rửa chén

²² dishwasher
['dɪʃwɒʃər]
người rửa chén

²³ clear the table
[klɪə(r) ðə 'teɪbl]
dọn bàn

²⁴ tray [treɪ]
khay; mâm

²⁵ dessert cart
[dɪ'zɜːt kɑːt]
xe phục vụ các món tráng miệng

²⁶ pay the check
[peɪ ðə tʃek]
thanh toán tiền

²⁷ check [tʃek]
hóa đơn tính tiền

²⁸ leave a tip
[liːv ə tɪp]
để lại tiền boa

²⁹ tip [tɪp]
tiền boa

³⁰ set the table
[set ðə 'teɪbl]
bày bàn ăn

³¹ salad plate
['sæləd pleɪt]
đĩa đựng rau trộn

³² bread-and-butter plate
[ˌbred ən 'bʌtər pleɪt]
đĩa đựng bánh mì và bơ

 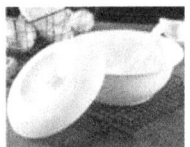  

³³ dinner plate	³⁴ soup bowl	³⁵ water glass	³⁶ wine glass
 ['dɪnər pleɪt]	[suːp bəʊl]	['wɔːtər glɑːs]	[waɪn glɑːs]
 đĩa ăn	*chén súp*	*ly nước*	*ly rượu*

³⁷ cup	³⁸ saucer	³⁹ napkin
 [kʌp]	['sɔːsər]	['næpkɪn]
 cái tách	*đĩa nhỏ*	*khăn ăn*

Silverware ['sɪlvəweər] – *Bộ đồ ăn bằng bạc*

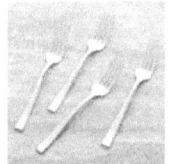 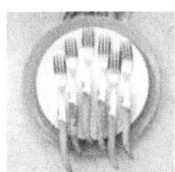 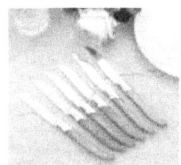 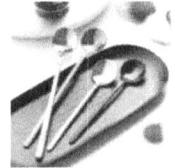

⁴⁰ salad fork	⁴¹ dinner fork	⁴² knife	⁴³ teaspoon
 ['sæləd fɔːk]	['dɪnər fɔːk]	[naɪf]	['tiːspuːn]
 nĩa lấy rau	*nĩa ăn*	*dao*	*muỗng trà*

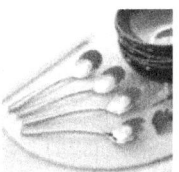 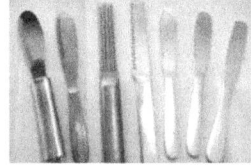

⁴⁴ soup spoon	⁴⁵ butter knife
 [suːp spuːn]	['bʌtə naɪf]
 muỗng súp	*dao cắt bơ*

TOPIC 49 — A Restaurant Menu – *Thực đơn nhà hàng*

1 fruit cup
[ˌfruːt 'kʌp]

2 fruit cocktail
[ˌfruːt 'kɒkteɪl]
hoa quả cocktail

3 tomato juice
[tə'mɑːtəʊ dʒuːs]
nước ép cà chua

4 shrimp cocktail
[ʃrɪmp 'kɒkteɪl]
tôm cocktail

5 chicken wings
['tʃɪkɪn wɪŋz]
cánh gà

6 nachos
['nætʃəʊz]
bánh xếp Mexico

7 potato skins
[pə'teɪtəʊ skɪnz]
khoai tây nướng với thịt hun khói và phô mai

8 tossed salad
[tɒskt 'sæləd]

9 garden salad
['gɑːdn 'sæləd]
rau củ trộn dầu giấm

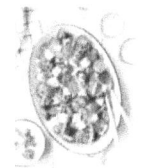

10 Greek salad
[griːk 'sæləd]
rau trộn kiểu Hy Lạp

11 spinach salad
['spɪnɪtʃ 'sæləd]
rau bina trộn

12 antipasto (plate)
[ˌænti'pæstəʊ pleɪt]
(đĩa) đồ nguội khai vị của Ý

13 Caesar salad
[ˌsiːzə 'sæləd]
rau trộn Caesar

14 meatloaf
['miːt ləʊf]
bánh thịt nướng

15 roast beef/prime rib
[rəʊst biːf/praɪm rɪb]
sườn bò quay

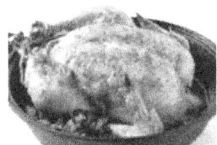

16 baked chicken
[ˌbeɪkt 'tʃɪkɪn]
gà nướng lò

17 broiled fish
[brɔɪl fɪʃ]
cá nướng vỉ

  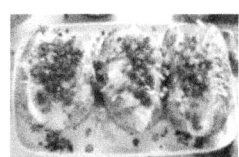 

18 spaghetti and meatballs [spə'geti ənd 'mi:tbɔ:lz] *mì Ý và thịt viên*

19 veal cutlet [vi:l 'kʌtlət] *cốt lết bê*

20 a baked potato [ə ˌbeɪkt pə'teɪtəʊ] *khoai tây nướng*

21 mashed potatoes [ˌmæʃt pə'teɪtəʊz] *khoai tây nghiền*

22 french fries [ˌfrentʃ 'fraɪz] *khoai tây rán*

23 rice [raɪs] *cơm*

24 noodles ['nu:dlz] *mì/nui*

25 mixed vegetables [mɪkst 'vedʒtəblz] *rau củ trộn*

26 chocolate cake ['tʃɒklət keɪk] *bánh sô-cô-la*

27 apple pie [ˌæpl 'paɪ] *bánh táo*

28 ice cream [ˌaɪs 'kri:m] *kem*

29 jello [dʒeləʊ] *rau câu*

30 pudding ['pʊdɪŋ] *bánh pudding*

31 ice cream sundae [ˌaɪs 'kri:m 'sʌndeɪ] *kem trái cây và si-rô*

TOPIC 50 — Colors – *Màu sắc*

¹ red
[red]
màu đỏ

² pink
[pɪŋk]
màu hồng

³ orange
['ɒrɪndʒ]
màu cam

⁴ yellow
['jeləʊ]
màu vàng

⁵ brown
[braʊn]
màu nâu

⁶ beige
[beɪʒ]
màu be

⁷ blue [bluː]
*màu xanh
da trời*

⁸ navy blue
[,neɪvi 'bluː]
màu xanh biển

⁹ turquoise
['tɜːkwɔɪz]
màu lam

   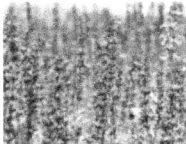 

¹⁰ green
[griːn]
*màu xanh
lá cây*

¹¹ light green
[laɪt griːn]
*màu xanh lá
cây nhạt*

¹² dark green
[dɑːk griːn]
*màu xanh lá
cây đậm*

¹³ purple
['pɜːpl]
màu tím

¹⁴ black
[blæk]
màu đen

¹⁵ white
[waɪt]
màu trắng

¹⁶ gray
[greɪ]
màu xám

¹⁷ silver
['sɪlvər]
màu bạc

¹⁸ gold
[gəʊld]
màu vàng kim

TOPIC 51 — Clothing – Quần áo

1. blouse [blaʊz] *áo bờ lu*
2. skirt [skɜ:t] *váy*
3. shirt [ʃɜ:t] *áo sơ mi*
4. pants/slacks [pænts/slæks] *quần tây*
5. sport shirt [spɔ:t ʃɜ:t] *áo thể thao*

  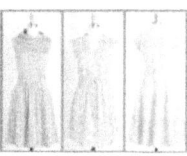  

6. jeans [dʒi:nz] *quần jean*
7. knit shirt/jersey [nɪt ʃɜ:t/'dʒɜ:zi] *áo thun có cổ*
8. dress [dres] *áo đầm*
9. sweater ['swetə(r)] *áo len dài tay*
10. jacket ['dʒækɪt] *áo vét nữ*

11. sport coat [spɔ:t kəʊt]
12. sport jacket [spɔ:t 'dʒækɪt]
13. jacket ['dʒækɪt] *áo vét nam*
14. suit [su:t] *bộ com-lê*
15. three-piece suit [ˌθri: 'pi:s su:t] *com-lê ba chiếc (quần, áo gilê và áo vét)*
16. tie/necktie [taɪ/'nektaɪ] *cà vạt*

17. uniform ['ju:nɪfɔ:m] *đồng phục*
18. T-shirt ['ti: ʃɜ:t] *áo thun ngắn tay*
19. shorts [ʃɔ:ts] *quần soóc*

²⁰ maternity dress
[mə'tɜ:nəti dres]
áo đầm bầu

²¹ jumpsuit
['dʒʌmpsu:t]
bộ áo liền quần

²² vest
[vest]
áo gilê

²³ jumper
['dʒʌmpə(r)]
váy yếm

²⁴ blazer
['bleɪzə(r)]
áo vét đồng phục

²⁵ tunic
['tju:nɪk]
áo thắt eo

²⁶ leggings
['legɪŋz]
quần bó

²⁷ overalls
['əʊvərɔ:lz]
quần yếm

  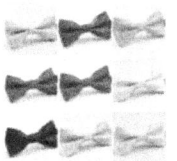 

²⁸ turtleneck
['tɜ:tlnek]
áo cổ lọ

²⁹ tuxedo
[tʌk'si:dəʊ]
bộ lễ phục

³⁰ bow tie
[,bəʊ 'taɪ]
nơ bướm

³¹ (evening) gown
['i:vnɪŋ gaʊn]
đầm dạ hội

 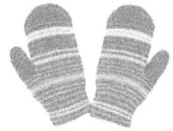 

³² gloves
[glʌvz]
găng tay

³³ mittens ['mɪtnz]
găng tay giữ ấm

³⁴ pullover
['pʊləʊvər]
áo len chui đầu

TOPIC 52 — Outerwear – *Quần áo khoác ngoài*

1. coat [kəʊt] — *áo choàng*
2. overcoat ['əʊvəkəʊt] — *áo khoác (dài)*
3. hat [hæt] — *nón*
4. jacket ['dʒækɪt] — *áo khoác (ngắn)*

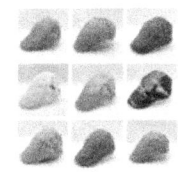

5. scarf/muffler [skɑːf/'mʌflə(r)] — *khăn choàng cổ*
6. sweater jacket ['swetə(r) 'dʒækɪt] — *áo len dài tay*
7. tights [taɪts] — *quần bó*
8. cap [kæp] — *mũ lưỡi trai*

9. leather jacket ['leðə(r) 'dʒækɪt] — *áo khoác da*
10. baseball cap ['beɪsbɔːl kæp] — *mũ bóng chày*
11. windbreaker [wɪnd 'breɪkə(r)] — *áo gió*
12. raincoat ['reɪnkəʊt] — *áo mưa*

13. rain hat ['reɪn hæt] — *nón đi mưa*
14. trench coat [trentʃ kəʊt] — *áo mưa thắt eo/áo tren cốt*
15. umbrella [ʌm'brelə] — *dù*
16. poncho ['pɒntʃəʊ] — *áo ponsô*
17. rain jacket ['reɪn 'dʒækɪt] — *áo choàng đi mưa*

18 rain boots
['reɪn buːts]
ủng đi mưa

19 ski hat
[skiː hæt]
mũ trượt tuyết

20 ski jacket
[skiː 'dʒækɪt]
áo khoác trượt tuyết

21 gloves
[glʌvz]
bao tay

22 ski mask
[skiː maːsk]
mặt nạ trượt tuyết

23 down jacket
[daʊn 'dʒækɪt]
áo bông chần

24 mittens
['mɪtnz]
găng tay

25 parka
['pɑːkə]
áo parka

  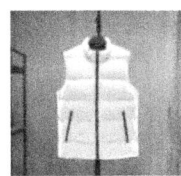 

26 sunglasses
['sʌnglaːsɪz]
kính mát

27 ear muffs
['ɪəmʌfs]
đồ che tai

28 down vest
[daʊn vest]
áo bông không tay

29 poncho
['pɑːntʃəʊ]
áo ponsô

30 windbreaker
['sʌnglaːsɪz]
áo gió

31 trench coat
['ɪəmʌfs]
áo choàng

32 sweatpants
[daʊn vest]
quần thể thao

33 sweatshirt
['swetʃɜːt]
áo nỉ

TOPIC 53 — Sleepwear and Underwear – Đồ ngủ và đồ lót

1. pajamas [pə'dʒɑːməz] — quần áo ngủ; pijama
2. nightgown ['naɪtgaʊn] — đầm ngủ
3. nightshirt ['naɪtʃɜːt] — áo ngủ của đàn ông
4. bathrobe/robe ['bɑːθrəʊb/rəʊb] — áo choàng tắm

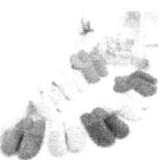
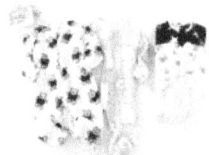

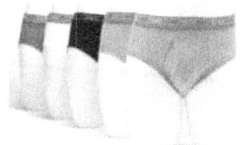

5. slippers ['slɪpərz] — dép lê
6. blanket sleeper ['blæŋkɪt 'sliːpə(r)] — áo ngủ liền quần cho con nít
7. undershirt/T-shirt ['ʌndəʃɜːt/'tiː ʃɜːt] — áo thun mặc bên trong áo sơ mi
8. (jockey) shorts ['dʒɒki ʃɔːts]
9. underpants/briefs ['ʌndəpænts/briːfs] — quần lót (nam)

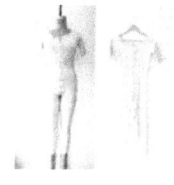

10. boxer shorts ['bɒksə ʃɔːts]
11. boxers ['bɒksə(r)z] — quần đùi
12. athletic supporter [æθˌletɪk sə'pɔːtə(r)]
13. jockstrap ['dʒɒkstræp] — khố của vận động viên
14. long underwear [lɒŋ 'ʌndəweə(r)]
15. long johns [lɒŋ dʒɒnz] — bộ đồ lót dài
16. socks [sɒks] — vớ ngắn

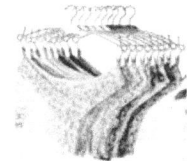   

17 (bikini) panties [bɪˈkiːni ˈpæntiz] *quần lót*

18 briefs/underpants [briːfs/ˈʌndəpænts] *quần lót (nam)*

19 bra [brɑː] *áo nịt ngực*

20 camisole [ˈkæmɪsəʊl] *áo lót*

   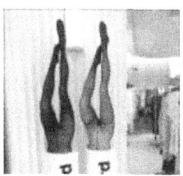

21 half slip [hɑːf slɪp] *váy lót*

22 (full) slip [fʊl slɪp] *đầm lót*

23 stockings [ˈstɒkɪŋz] *vớ đùi*

24 pantyhose [ˈpæntihəʊz] *vớ quần*

  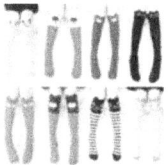 

25 tights [taɪts] *quần bó*

26 knee-highs [ˌniː ˈhaɪz] *vớ ngang gối*

27 knee socks [ˌniː sɒks] *vớ dài*

28 bandeau [ˈbændəʊ] *áo ống*

29 brassière [ˈbræziər] *áo lót*

30 petticoat [ˈpetɪkəʊt] *váy lót dài*

31 girdle [ˈgɜːdl] *quần nịt bụng*

32 camisole [ˈkæmɪsəʊl] *áo lá*

TOPIC 54

Exercise Clothing and Footwear
Quần áo tập thể dục và giày dép

  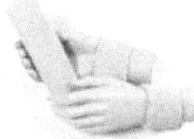 

¹ tank top
['tæŋk tɒp]
áo ba lỗ

² running shorts
['rʌnɪŋ ʃɔ:ts]
quần soóc chạy bộ

³ sweatband
['swetbænd]
băng thấm mồ hôi

⁴ jogging suit/running suit
['dʒɒgɪŋ su:t/ 'rʌnɪŋ su:t]

⁵ warm-up suit
['wɔ:m ʌp su:t]
bộ đồ chạy bộ

⁶ T-shirt
['ti: ʃɜ:t]
áo thun ngắn tay

⁷ lycra shorts
['laɪkrə ʃɔ:ts]

⁸ bike shorts
[baɪk ʃɔ:ts]
quần đi xe đạp

⁹ sweatshirt
['swetʃɜ:t]
áo thun thể thao dài tay

¹⁰ sweatpants
['swetpænts]
quần thun thể thao

¹¹ cover-up
['kʌvər ʌp]
áo khoác

¹² swimsuit
['swɪmsu:t]

¹³ bathing suit
['beɪðɪŋ su:t]
áo tắm một mảnh

¹⁴ swimming trunks
['swɪmɪŋ trʌŋks]

¹⁵ swimsuit/bathing suit
['swɪmsu:t/'beɪðɪŋ su:t]
quần đùi tắm

¹⁶ leotard
['li:əta:d]
quần áo nịt (để múa hoặc tập thể dục)

17 shoes [ʃuːz] giày

18 (high) heels [haɪ hiːlz] giày cao gót

19 pumps [pʌmps] giày gót thấp (không có khóa cài)

20 loafers [ˈləʊfərz] giày da đế bằng

21 sneakers [ˈsniːkə(r)z]
22 athletic shoes [æθˈletɪk ʃuːz] giày thể thao

23 tennis shoes [ˈtenɪs ʃuːz] giày tennis

24 running shoes [ˈrʌnɪŋ ʃuːz] giày chạy

25 high-tops [ˈhaɪ tɒps]
26 high-top sneakers [ˈhaɪ tɒps ˈsniːkə(r)z] giày thể thao cổ cao

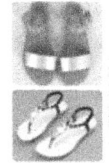   

27 sandals [ˈsændlz] giày xăng đan

28 thongs/flip-flops [θɒŋz/ˈflɪp flɒps] dép hai quai

29 boots [buːts] ủng; giày ống

30 work boots [wɜːk buːts] ủng lao động

 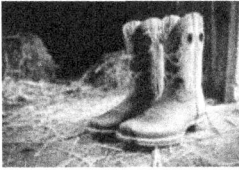 

31 hiking boots [ˈhaɪkɪŋ buːts] giày đi bộ đường dài

32 cowboy boots [ˈkaʊbɔɪ buːts] ủng cưỡi ngựa

33 moccasins [ˈmɒkəsɪnz] giày da đanh (giày da mềm, đế bằng)

TOPIC 55 — Jewelry and Accessories – Đồ trang sức và các phụ kiện

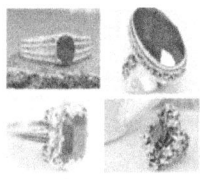   

¹ ring [rɪŋ] nhẫn

² engagement ring [ɪnˈgeɪdʒmənt rɪŋ] nhẫn đính hôn

³ wedding ring [ˈwedɪŋ rɪŋ]
⁴ wedding band [ˈwedɪŋ bænd] nhẫn cưới

⁵ earrings [ˈɪərɪŋz] bông tai

 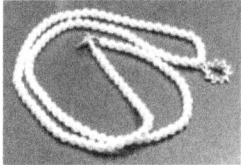  

⁶ necklace [ˈnekləs] dây chuyền

⁷ pearl necklace/pearls [pɜːl ˈnekləs/pɜːlz]
⁸ string of pearls [strɪŋ əv pɜːlz] dây chuyền ngọc trai

⁹ chain [tʃeɪn] dây đeo (cổ)

¹⁰ beads [biːdz] chuỗi hạt

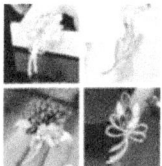 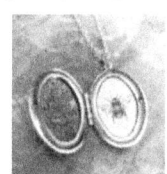  

¹¹ pin/brooch [pɪn/brəʊtʃ] vật cài trang điểm

¹² locket [ˈlɒkɪt] mặt dây chuyền có lồng ảnh

¹³ bracelet [ˈbreɪslət] vòng đeo tay

¹⁴ barrette [bæˈret] kẹp tóc

¹⁵ cuff links [kʌf lɪŋks] khuy măng sét

¹⁶ suspenders [səˈspendə(r)z] dây đeo quần

¹⁷ watch/wrist watch [wɒtʃ/rɪst wɒtʃ] đồng hồ đeo tay

18 handkerchief ['hæŋkətʃɪf]
khăn mùi soa

19 key ring / key chain ['kiː rɪŋ / 'kiː tʃeɪn]
móc khóa

20 change purse ['tʃeɪndʒ pɜːs]
ví đựng tiền của nữ

21 wallet ['wɒlɪt]
ví đựng tiền của nam

  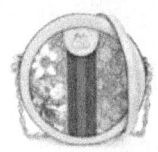 

22 belt [belt]
dây nịt

23 purse/handbag [pɜːs/'hændbæg]

24 pocketbook ['pɒkɪtbʊk]
túi xách

25 shoulder bag ['ʃəʊldə(r) bæg]
túi đeo vai

26 tote bag [təʊt bæg]
giỏ đi chợ

27 book bag [bʊk bæg]
cái cặp

28 backpack ['bækpæk]
ba lô

29 makeup bag ['meɪkʌp bæg]
túi đựng đồ trang điểm

30 briefcase ['briːfkeɪs]
va li (đựng giấy tờ, tài liệu, v.v.)

31 earmuffs ['ɪəmʌfs]
cái bịt tai

32 scarf [skɑːf]
khăn choàng cổ

TOPIC 56

Describing Clothing – *Miêu tả y phục*

A. Types of Clothing [taɪp əv ˈkləʊðɪŋ] – *Các loại trang phục*

 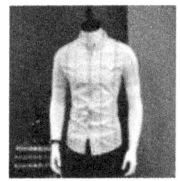  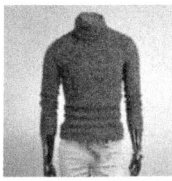

1. long-sleeved shirt
[lɒŋ sliːvd ʃɜːt]
áo sơ mi tay dài

2. short-sleeved shirt
[ʃɔːt sliːv ʃɜːt]
áo sơ mi tay ngắn

3. sleeveless shirt
[ˈsliːvləs ʃɜːt]
áo không tay

4. turtleneck (shirt)
[ˈtɜːtlnek ʃɜːt]
áo cổ lọ

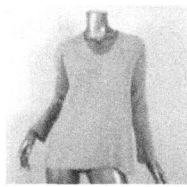  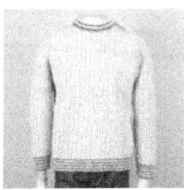

5. V-neck sweater
[ˈviː nek ˈswetə(r)]
áo len cổ tim

6. cardigan sweater
[ˈkɑːdɪɡən ˈswetə(r)]
áo len không cổ

7. crewneck sweater
[ˌkruː ˈnek ˈswetə(r)]
áo len cổ tròn

  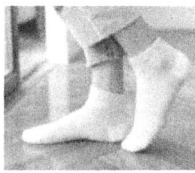 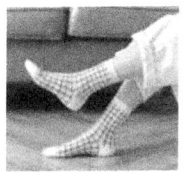

8. turtleneck sweater
[ˈtɜːtlnek ˈswetə(r)]
áo len cổ lọ

9. knee-high socks
[ˌniː ˈhaɪ sɒks]
vớ ngang gối

10. ankle socks
[ˈæŋkl sɒks]
vớ ngắn

11. crew socks
[kruː sɒks]
vớ dài

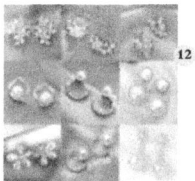 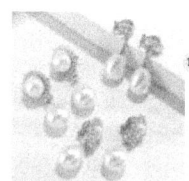

12. pierced earrings
[pɪəst ˈɪərɪŋz]
bông tai xỏ

13. clip-on earrings
[ˈklɪp ɒn ˈɪərɪŋz]
bông tai kẹp

B. Types of Material [taɪp əv məˈtɪəriəl] – *Các loại chất liệu*

14 corduroy pants
[ˈkɔːdərɔɪ pænts]
quần nhung sọc

15 leather boots
[ˈleðə(r) buːt]
ủng da

16 nylon stockings
[ˈnaɪlɒn ˈstɒkɪŋ]
vớ nylon

17 cotton T-shirt
[ˈkɒtn ˈtiː ʃɜːt]
áo thun cotton

18 denim jacket
[ˈdenɪm ˈdʒækɪt]
áo khoác jean

19 flannel shirt
[ˈflænl ʃɜːt]
áo sơ mi flanen

20 polyester blouse
[ˌpɒliˈestər blaʊz]
áo sơ mi nữ polyester

21 linen dress
[ˈlɪnɪn dres]
áo đầm vải lanh

22 silk scarf
[sɪlk skɑːf]
khăn quàng lụa

23 wool sweater
[wʊl ˈswetə(r)]
áo len dài tay

24 straw hat
[strɔː hæt]
mũ rơm

C. Patterns [ˈpætnz] – *Những mẫu vải*

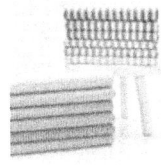   

25 striped
[straɪpt]
vải sọc

26 checked
[tʃekt]
vải ca rô

27 plaid
[plæd]
vải kẻ ô

28 polka-dotted
[ˈpɒlkə dɒtɪd]
vải chấm bi

²⁹ patterned/print ['pætənd/prɪnt] *vải in hoa văn*

³⁰ flowered/floral ['flaʊəd/'flɔːrəl] *vải in hoa*

³¹ paisley ['peɪzli] *vải có họa tiết đường cong giống như lông vũ*

³² solid blue ['sɒlɪd bluː] *vải màu xanh*

D. Sizes [saɪziz] – *Kích cỡ*

³³ extra-small ['ekstrə smɔːl] *siêu nhỏ*

³⁴ small [smɔːl] *nhỏ*

³⁵ medium ['miːdiəm] *trung bình*

³⁶ large [lɑːdʒ] *lớn*

³⁷ extra-large ['ekstrə lɑːdʒ] *siêu lớn*

E. Colours ['kʌlərz] – *Màu sắc*

 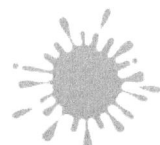  

³⁸ blue [bluː] *xanh dương*

³⁹ pink [pɪŋk] *hồng*

⁴⁰ red [red] *đỏ*

⁴¹ black [blæk] *đen*

TOPIC 57

Clothing Problems and Alterations
Những vấn đề về quần áo và các chỉnh sửa

  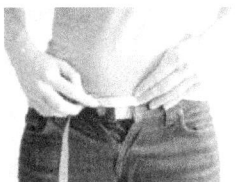 

1. long [lɒŋ] dài
2. short [ʃɔːt] ngắn
3. tight [taɪt] chật
4. loose/baggy [luːs/'bægi] rộng

 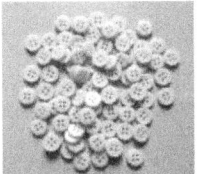  

5. large/big [lɑːdʒ/bɪg] lớn
6. small [smɔːl] nhỏ
7. high [haɪ] cao
8. low [ləʊ] thấp

9. fancy ['fænsi] cầu kỳ
10. plain [pleɪn] đơn giản
11. heavy ['hevi] nặng
12. light [laɪt] nhẹ

13. dark [dɑːk] đậm
14. light [laɪt] nhạt

¹⁵ wide
[waɪd]
rộng

¹⁶ narrow
[ˈnærəʊ]
hẹp

¹⁷ stained collar
[steɪnd ˈkɒlər]
cổ áo bị vấy bẩn

¹⁸ ripped/torn pocket
[rɪpt/ tɔːn ˈpɒkɪt]
túi bị rách

 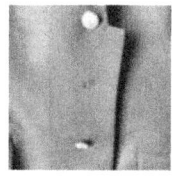 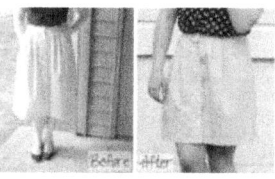 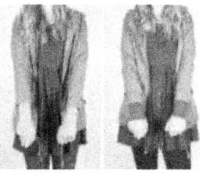

¹⁹ broken zipper
[ˈbrəʊkən ˈzɪpər]
dây kéo bị hư

²⁰ missing button
[ˈmɪsɪŋ ˈbʌtn]
mất cúc

²¹ shorten the skirt
[ˈʃɔːtn ðə skɜːt]
rút ngắn váy

²² lengthen the sleeves
[ˈleŋθən ðə sliːvz]
nối dài tay áo

  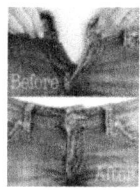 

²³ take in the jacket
[teɪk ɪn ðə ˈdʒækɪt]
khâu hẹp áo vét

²⁴ let out the pants
[let aʊt ðə pænts]
nối rộng quần

²⁵ fix/repair the seam
[fɪks/ rɪˈpeə(r) ðə siːm]
khâu lại đường nối

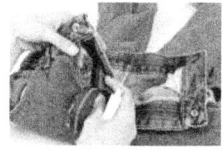 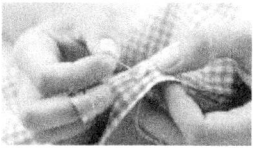

²⁶ change the zipper
[tʃeɪndʒ ðə ˈzɪpər]
thay dây kéo

²⁷ sew buttons
[səʊ ˈbʌtnz]
đơm cúc

TOPIC 58

Laundry – Việc giặt giũ

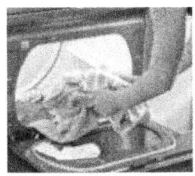

¹ sort the laundry
[sɔːt ðə ˈlɔːndri]
phân loại quần áo cần giặt

² load the washer
[ləʊd ðə ˈwɒʃər]
cho quần áo vào máy giặt

³ unload the washer
[ˌʌnˈləʊd ðə ˈwɒʃər]
lấy quần áo ra khỏi máy giặt

⁴ load the dryer
[ləʊd ðə ˈdraɪər]
cho quần áo vào máy sấy

⁵ hang clothes on the clothesline
[hæŋ kləʊðz ɒn ðə ˈkləʊðz laɪn]
phơi quần áo

⁶ iron
[ˈaɪən]
ủi quần áo

⁷ fold the laundry
[fəʊld ðə ˈlɔːndri]
gấp quần áo đã giặt

⁸ hang up clothing
[ˈhæŋ ʌp ˈkləʊðɪŋ]
treo quần áo vào tủ

⁹ put things away
[pʊt θɪŋz əˈweɪ]
cất quần áo

¹⁰ laundry [ˈlɔːndri]
việc giặt giũ; quần áo cần/đã giặt

¹¹ light clothing
[laɪt ˈkləʊðɪŋ]
quần áo sáng màu

¹² dark clothing
[dɑːk ˈkləʊðɪŋ]
quần áo sẫm màu

¹³ laundry basket
[ˈlɔːndri ˈbɑːskɪt]
giỏ đựng quần áo

¹⁴ laundry bag
[ˈlɔːndri bæg]
túi đựng quần áo

¹⁵ washer/washing machine
[ˈwɒʃər/ˈwɒʃɪŋ məʃiːn]
máy giặt

   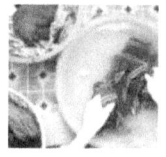

16 laundry detergent ['lɔ:ndri dɪ'tɜ:dʒənt] *bột giặt*

17 fabric softener ['fæbrɪk 'sɒfnə(r)] *nước làm mềm vải*

18 bleach [bli:tʃ] *chất tẩy*

19 wet clothing [wet 'kləʊðɪŋ] *quần áo ướt*

20 dryer ['draɪə(r)] *máy sấy*

21 lint trap [lɪnt træp] *túi giữ xơ vải*

22 static cling remover ['stætɪk klɪŋ rɪ'mu:və(r)] *giấy tẩy những chất bẩn khó giặt*

23 clothesline ['kləʊðz laɪn] *dây phơi quần áo*

  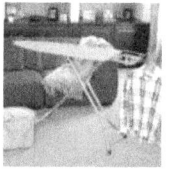 

24 clothespin ['kləʊðz pɪn] *kẹp quần áo*

25 iron ['aɪən] *bàn ủi*

26 ironing board ['aɪənɪŋ bɔ:d] *bàn ủi đồ*

27 wrinkled clothing ['rɪŋkld 'kləʊðɪŋ] *quần áo nhăn*

28 ironed clothing ['aɪənd 'kləʊðɪŋ] *quần áo đã ủi*

29 spray starch [spreɪ stɑ:tʃ] *hồ làm cứng quần áo*

30 clean clothing [kli:n 'kləʊðɪŋ] *quần áo đã giặt*

31 closet ['klɒzɪt] *tủ âm tường*

  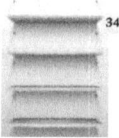

32 hanger ['hæŋə(r)] *móc treo*

33 drawer [drɔ:(r)] *ngăn kéo*

34 shelf-shelves [ʃelf ʃelvz] *kệ*

TOPIC 59

The Department Store – *Cửa hàng bách hóa*

1 (store) directory
[stɔː(r) dəˈrektəri]
bảng hướng dẫn

2 Jewelry Counter
[ˈdʒuːəlri ˈkaʊntə(r)]
quầy đồ trang sức

3 Perfume Counter
[ˈpɜːfjuːm ˈkaʊntə(r)]
quầy nước hoa

4 escalator
[ˈeskəleɪtə(r)]
thang cuốn

5 elevator
[ˈelɪveɪtə(r)]
thang máy

6 Men's Clothing Department
[ˈmenzs ˈkləʊðɪŋ dɪˈpɑːtmənt]
gian quần áo nam

7 customer pickup area
[ˈkʌstəmə(r) ˈpɪkʌp ˈeəriə]
nơi khách mua nhận hàng

8 Women's Clothing Department
[ˈwʊməns ˈkləʊðɪŋ dɪˈpɑːtmənt]
gian quần áo nữ

9 Children's Clothing Department
[ˈtʃɪldrən ˈkləʊðɪŋ dɪˈpɑːtmənt]
gian quần áo trẻ em

10 Housewares Department
[ˈhaʊsweəz dɪˈpɑːtmənt]
gian đồ gia dụng

11 Furniture Department
[ˈfɜːnɪtʃə(r) dɪˈpɑːtmənt]

12 Home Furnishings Department
[həʊm ˈfɜːnɪʃɪŋz dɪˈpɑːtmənt]
gian hàng nội thất

¹³ Household Appliances Department
['haʊshəʊld ə'plaɪəns dɪ'pɑ:tmənt]
gian thiết bị gia dụng

¹⁴ Electronics Department
[ɪˌlek'trɒnɪks dɪ'pɑ:tmən]
gian hàng điện tử

¹⁵ Customer Assistance Counter
['kʌstəmə(r) ə'sɪstəns 'kaʊntə(r)]

¹⁶ Customer Service Counter
['kʌstəmə(r) 'sɜ:vɪs 'kaʊntə(r)]
quầy dịch vụ khách hàng

¹⁷ men's room
['menz ru:m]
phòng vệ sinh nam

¹⁸ ladies's room
['leɪdɪz ru:m]
phòng vệ sinh nữ

¹⁹ water fountain
['wɔ:tə(r) 'faʊntən]
vòi nước uống công cộng

²⁰ snack bar
[snæk bɑ:(r)]
quầy bán các món ăn nhẹ

²¹ Gift Wrap Counter
['gɪft ræp 'kaʊntə(r)]
quầy gói quà

²² perfume ['pɜ:fju:m]
quầy nước hoa

²³ toys [tɔɪz]
quầy đồ chơi

²⁴ sporting goods
['spɔ:tɪŋ gʊdz]
quầy đồ thể thao

²⁵ stationery ['steɪʃənri]
đồ văn phòng phẩm

TOPIC 60

Shopping – Mua sắm

¹ buy
[baɪ]
mua

² return
[rɪ'tɜːn]
trả lại

³ exchange
[ɪks'tʃeɪndʒ]
đổi

⁴ try on [traɪ ɒn]
thử (quần áo, giày, v.v.)

⁵ pay for
[peɪ fɔː(r)]
trả tiền

⁶ get some information about
[get səm ˌɪnfə'meɪʃn ə'baʊt]
hỏi thăm

⁷ sale sign
[seɪl saɪn]
biển giảm giá

⁸ label
['leɪbl]
nhãn

⁹ price tag
['praɪs tæg]
nhãn giá

¹⁰ receipt
[rɪ'siːt]
biên lai

¹¹ discount
['dɪskaʊnt]
giảm giá

¹² size
[saɪz]
kích cỡ

¹³ material
[mə'tɪəriəl]
chất liệu

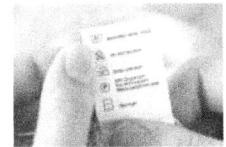  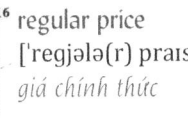 

¹⁴ care instructions
[keə(r) ɪn'strʌkʃnz]
hướng dẫn sử dụng

¹⁵ sale price
[seɪl praɪs]
giá giảm

¹⁶ regular price
['regjələ(r) praɪs]
giá chính thức

¹⁷ price
[praɪs]
giá tiền

¹⁸ sales tax
['seɪlz tæks]
thuế hàng hóa

¹⁹ total price
['təʊtl praɪs]
tổng giá

TOPIC 61 — Video and Audio Equipment – *Thiết bị nghe nhìn*

¹ TV/television
[ˌti: 'vi:/'telɪvɪʒn]
tivi

² plasma TV
[ˌplæzmə ti: 'vi:]
tivi plasma

³ LCD TV
[ˌel si: 'di: ti: 'vi]
tivi màn hình tinh thể lỏng

⁴ projection TV
[prə'dʒekʃn ti: 'vi]
truyền hình chiếu

⁵ portable TV
['pɔ:təbl ti: 'vi]
tivi xách tay

⁶ remote (control)
[rɪˌməʊt kən'trəʊl]
thiết bị điều khiển từ xa

⁷ DVD
[ˌdi: vi: 'di:]
đĩa DVD

⁸ DVD player
[ˌdi: vi: 'di: 'pleɪə(r)]
đầu DVD

⁹ video/videocassette
['vɪdiəʊ/ˌvɪdiəʊ kə'set]

¹⁰ videotape
['vɪdiəʊteɪp]
băng video

¹¹ VCR/videocassette recorder
[ˌvi: si: 'ɑ:(r)/ˌvɪdiəʊ kə'set rɪkɔ:də(r)]
đầu video

¹² camcorder
['kæmkɔ:də(r)]

¹³ video camera
['vɪdiəʊ kæmərə]
máy quay video

¹⁴ battery pack
['bætri pæk]
bộ pin sạc

¹⁵ battery charger
['bætri 'tʃɑ:dʒə(r)]
bộ sạc pin

¹⁶ radio ['reɪdiəʊ]
máy thu thanh; radio

¹⁷ clock radio
[ˌklɒk 'reɪdiəʊ]
radio có đồng hồ

 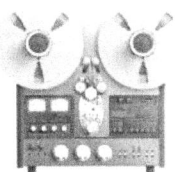  

18 shortwave radio [ˌʃɔːt ˈweɪv reɪdiəʊ] *radio cầm tay*

19 tape recorder [ˈteɪp rɪkɔːdə(r)]

20 cassette recorder [kəˈset rɪkɔːdə(r)] *máy ghi âm/máy thu băng*

21 microphone [ˈmaɪkrəfəʊn] *micrô*

22 stereo system [ˈsteriəʊ ˈsɪstəm]

23 sound system [saʊnd ˈsɪstəm] *dàn máy âm thanh nổi*

24 record [ˈrekɔːd] *đĩa hát*

25 turntable [ˈtɜːnteɪbl] *mâm xoay*

26 CD/compact disc [ˌsiː ˈdiː/ˌkɒmpækt ˈdɪsk] *đĩa CD*

27 CD player [ˌsiː ˈdiː ˈpleɪə(r)] *đầu đọc đĩa CD*

28 tuner [ˈtjuːnə(r)] *nút chuyển kênh*

29 (audio)tape [ˈɔːdiəʊ teɪp]

30 (audio)cassette [ˈɔːdiəʊ kəset] *băng ghi âm/băng cát sét*

31 speakers [ˈspiːkə(r)z] *loa*

32 tape deck/cassette deck [teɪp dek/kəˈset dek] *đầu đọc/ghi băng*

33 portable stereo system [ˈpɔːtəbl ˈsteriəʊ ˈsɪstəm]

34 boombox [ˈbuːm bɒks] *radio-cassette xách tay*

35 portable [ˈpɔːtəbl]

36 personal CD player [ˈpɜːsənl ˌsiː ˈdiː ˈpleɪə(r)] *máy nghe đĩa cầm tay*

125

37 portable/personal cassette player ['pɔːtəbl/ 'pɜːsənl kəˈset 'pleɪə(r)]
máy nghe băng cầm tay

38 headphones ['hedfəʊnz]
tai nghe

39 portable/personal digital audio player ['pɔːtəbl/ 'pɜːsənl 'dɪdʒɪtl 'ɔːdiəʊ 'pleɪə(r)]
máy nghe kỹ thuật số cầm tay

40 video game system ['vɪdiəʊ ɡeɪm 'sɪstəm]
máy chơi trò video

41 video game ['vɪdiəʊ ɡeɪm]
trò chơi video

42 hand-held video game ['hændheld 'vɪdiəʊ ɡeɪm]
máy chơi trò chơi video cầm tay

43 amplifier ['æmplɪfaɪər]
máy khuếch đại

44 shortwave radio ['ʃɔːtweɪv 'reɪdiəʊ]
đài phát thanh sóng

45 mixer ['mɪksər]
máy hòa tiếng, bộ trộn

46 woofer ['wuːfər]
loa trầm

47 zoom lens [zuːm lenz]
ống kính zoom

TOPIC 62 — Telephones and Cameras – Điện thoại và máy ảnh

¹ telephone/phone
['telɪfəʊn/fəʊn]
điện thoại

² cordless phone
['kɔːdləs fəʊn]
điện thoại không dây /
điện thoại vô tuyến

³ cell phone
['sel fəʊn]
cellular phone
['seljʊlə fəʊn]
điện thoại di động

⁴ battery
['bætri]
pin

⁵ battery charger
['bætri 'tʃɑːdʒə(r)]
dụng cụ sạc pin

⁶ answering machine
['ɑːnsərɪŋ məʃiːn]
máy trả lời điện thoại
tự động

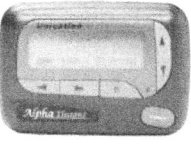

⁷ pager
['peɪdʒə(r)]
máy nhắn tin

⁸ PDA/electronic
personal organizer
[ˌpiː diː eɪ/ɪˌlek'trɒnɪk
'pɜːsənl 'ɔːgənaɪzə(r)]
thiết bị kỹ thuật số hỗ
trợ cá nhân

⁹ fax machine
[fæks məʃiːn]
máy fax

¹⁰ (pocket) calculator
['pɒkɪt 'kælkjuleɪtə(r)]
máy tính bỏ túi

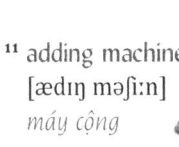

¹¹ adding machine
[ædɪŋ məʃiːn]
máy cộng

¹² voltage regulator
['vəʊltɪdʒ 'regjuleɪtə(r)]
bộ ổn áp

¹³ adapter
[əˈdæptə(r)]
đầu nối; bộ nắn điện

¹⁴ (35 millimeter) camera
[ˌθɜːtifaɪv ˈmɪlimiːtə(r) ˈkæmərə]
máy chụp hình (khẩu độ 35 milimét)

¹⁵ lens
[lenz]
ống kính

¹⁶ film
[fɪlm]
phim

¹⁷ zoom lens
[ˈzuːm lenz]
ống kính có thể điều chỉnh tiêu cự

¹⁸ digital camera
[ˈdɪdʒɪtl ˈkæmərə]
máy ảnh kỹ thuật số

¹⁹ memory disk
[ˈmeməri dɪsk]
thẻ nhớ

²⁰ tripod
[ˈtraɪpɒd]
giá ba chân

²¹ flash (attachment)
[flæʃ əˈtætʃmənt]
đèn flash

²² camera case
[ˈkæmərə keɪs]
túi máy ảnh

²³ slide projector
[ˈslaɪd prədʒektə(r)]
máy chiếu phim dương bản

²⁴ (movie) screen
[ˈmuːvi skriːn]
màn ảnh

²⁵ selfie stick
[ˈselfi stɪk]
gậy chụp ảnh

²⁶ viewfinder
[ˈvjuːfaɪndər]
kính ngắm

TOPIC 63 — Computers – Máy tính

A. Computer Hardware [kəm'pju:tə(r) 'hɑ:dweə(r)] – Phần cứng

1. (desktop) computer
[ˌdesktɒp kəm'pju:tə(r)]
máy tính để bàn

2. CPU/central processing unit
[ˌsi: pi: 'ju:/'sentrəl 'prəʊsesɪŋ 'ju:nɪt]
bộ xử lý trung tâm

3. monitor/screen
['mɒnɪtə(r)/skri:n]
màn hình

4. CD-ROM drive
[ˌsi: di: 'rɒm draɪv]
ổ đĩa CD

5. CD-ROM
[ˌsi: di: 'rɒm]
đĩa CD-ROM

6. disk drive
['dɪsk draɪv]
ổ đĩa mềm

7. (floppy) disk
[ˌflɒpi 'dɪsk]
đĩa mềm

8. keyboard
['ki:bɔ:d]
bàn phím

9. mouse
[maʊs]
chuột

10. flat panel screen
[ˌflæt 'pænl skri:n]

11. LCD screen
[ˌel si: 'di: skri:n]
màn hình tinh thể lỏng

12. notebook computer
['nəʊtbʊk kəm'pju:tə(r)]
máy tính xách tay

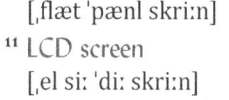

13. joystick
['dʒɔɪstɪk]
cần điều khiển

14. track ball
[træk bɔ:l]
bi xoay

15. modem ['məʊdem]
bộ điều khiển; môđem

16. surge protector
[sɜ:dʒ prə'tektə(r)]
bộ ổn áp

  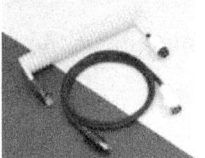

17 printer
['prɪntə(r)]
máy in

18 scanner
['skænə(r)]
máy quét

19 cable
['keɪbl]
dây cáp

B. Computer Software [kəm'pju:tə(r) 'sɒftweə(r)] – *Phần mềm máy tính*

20 word-processing program
['wɜ:d prəʊsesɪŋ 'prəʊgræm]
chương trình xử lý văn bản

21 spreadsheet program
['spredʃi:t 'prəʊgræm]
chương trình bảng tính

22 educational software program
[ˌedʒu'keɪʃənl 'sɒftweə(r) 'prəʊgræm]
chương trình phần mềm dạy học

23 computer game
[kəm'pju:tə geɪm]
trò chơi máy tính

24 antivirus software
['æntivaɪrəs 'sɒftweər]
phần mềm diệt virus

25 typing software
['taɪpɪŋ 'sɒftweər]
phần mềm tập đánh chữ

TOPIC 64 — The Toy Store – Cửa hàng đồ chơi

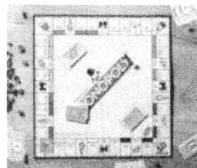

¹ board game
['bɔːd geɪm]
trò chơi bảng

² (jigsaw) puzzle
['dʒɪgsɔː 'pʌzl]
trò chơi lắp hình

³ construction set
[kən'strʌkʃn set]
bộ đồ chơi xây dựng

⁴ (building) blocks
['bɪldɪŋ blɒks]
khối xây dựng

⁵ rubber ball
['rʌbə(r) bɔːl]
bóng cao su

⁶ beach ball
['biːtʃ bɔːl]
bóng chơi ở bãi biển

⁷ pail and shovel
[peɪl ənd 'ʃʌvl]
bộ xô và xẻng

⁸ doll
[dɒl]
búp bê

⁹ doll clothing
[dɒl 'kləʊðɪŋ]
quần áo búp bê

¹⁰ doll house
[dɒl haʊs]
nhà búp bê

¹¹ doll house furniture
[dɒl haʊs 'fɜːnɪtʃə(r)]
đồ đạc trong nhà búp bê

¹² action figure
['ækʃn fɪgə(r)]
búp bê (hình tượng của một người lính hoặc một nhân vật trong phim, trên truyền hình, v.v.)

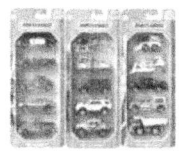

¹³ stuffed animal
[ˌstʌft 'ænɪml]
thú nhồi bông

¹⁴ matchbox car
['mætʃbɒks kɑː(r)]
hộp xe hơi

¹⁵ toy truck
[tɔɪ trʌk]
xe tải đồ chơi

¹⁶ racing car set
['reɪsɪŋ kɑː(r) set]
bộ xe đua

¹⁷ train set
['treɪn set]
bộ xe lửa

¹⁸ model kit
['mɒdl kɪt]
bộ mô hình lắp ráp

¹⁹ science kit
['saɪəns kɪt]
bộ dụng cụ khoa học

  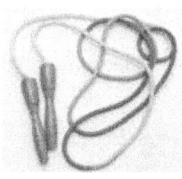 

²⁰ walkie-talkie (set)
[,wɔːki 'tɔːki set]
điện đài xách tay

²¹ hula hoop
['huːlə huːp]
vòng lắc bụng

²² jump rope
['dʒʌmp rəʊp]
dây nhảy

²³ bubble soap
['bʌbl səʊp]
chai thổi bong bóng

 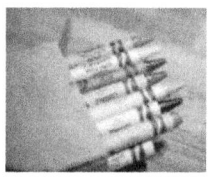  

²⁴ trading cards
['treɪdɪŋ kɑːdz]
thẻ hình

²⁵ crayons
['kreɪənz]
bút chì màu

²⁶ (color) markers
['kʌlə(r) 'mɑːkə(r)z]
bút lông màu

²⁷ coloring book
['kʌlərɪŋ bʊk]
sách tô màu

 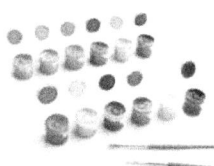  

²⁸ construction paper
[kən'strʌkʃn 'peɪpə(r)]
giấy thủ công

²⁹ paint set
[peɪnt set]
hộp màu nước

³⁰ (modeling) clay
['mɒdlɪŋ kleɪ]
đất sét

³¹ stickers
['stɪkə(r)z]
hình dán

³² bicycle
['baɪsɪkl]
xe đạp

³³ tricycle
['traɪsɪkl]
xe đạp ba bánh

³⁴ wagon
['wægən]
xe kéo

³⁵ skateboard
['skeɪtbɔːd]
ván trượt

³⁶ swing set
['swɪŋ set]
xích đu

³⁷ play house
[pleɪ haʊs]
nhà đồ chơi

³⁸ kiddie pool/inflatable pool
['kɪdi puːl/ɪn'fleɪtəbl puːl]
hồ bơi bơm hơi

³⁹ robots
['rəʊbɒts]
người máy

⁴⁰ rocket
['rɒkɪt]
tên lửa

⁴¹ helicopter
['helɪkɒptər]
máy bay trực thăng

⁴² drum
[drʌm]
trống

⁴³ rattle
['rætl]
cái lục lạc

⁴⁴ rocking horse
['rɒkɪŋ hɔːs]
ngựa gỗ bập bênh

⁴⁵ rubik's cube
['rubɪks kjub]
khối rubik

TOPIC 65: The Bank – *Ngân hàng*

¹ make a deposit
[meɪk ə dɪˈpɒzɪt]
gửi tiền

² make a withdrawal
[meɪk ə wɪðˈdrɔːəl]
rút tiền

³ cash a check
[kæʃ ə tʃek]
nhận tiền bằng séc

⁴ get traveler's checks
[get ˈtrævələz tʃeks]
nhận séc du lịch

⁵ open an account
[ˈəʊpən ən əˈkaʊnt]
mở tài khoản

⁶ apply for a loan
[əˈplaɪ fɔː(r) ə ləʊn]
xin vay

⁷ exchange currency
[ɪksˈtʃeɪndʒ ˈkʌrənsi]
đổi ngoại tệ

⁸ deposit slip
[dɪˈpɒzɪt slɪp]
giấy gửi tiền

⁹ withdrawal slip
[wɪðˈdrɔːəl slɪp]
giấy rút tiền

¹⁰ check
[tʃek]
tấm séc

¹¹ traveler's check
[ˈtrævələz tʃek]
séc du lịch

¹² bankbook/passbook
[ˈbæŋdbʊk/ˈpɑːsbʊk]
sổ tiết kiệm

13 ATM card
[ˌeɪ tiː ˈem kɑːd]
thẻ rút tiền

14 credit card
[ˈkredɪt kɑːd]
thẻ tín dụng

15 (bank) vault
[bæŋk vɔːlt]
hầm két

16 safe deposit box
[seɪf dɪˈpɒzɪt bɒks]
két an toàn

17 teller
[ˈtelə(r)]
nhân viên giao dịch

18 security guard
[sɪˈkjʊərəti gɑːd]
nhân viên bảo vệ

19 ATM (machine)
[ˌeɪ tiː ˈem məˈʃiːn]
20 cash machine
[kæʃ məˈʃiːn]
máy rút tiền tự động

21 bank officer
[bæŋk ˈɒfɪsə(r)]
nhân viên ngân hàng cấp cao

22 cash
[kæʃ]
tiền mặt

23 swipe
[swaɪp]
quét thẻ

24 calculate
[ˈkælkjuleɪt]
tính tiền

25 signature
[ˈsɪgnətʃər]
chữ ký

26 exchange rate
[ɪksˈtʃeɪndʒ reɪt]
tỷ giá hối đoái

27 bank statement
[ˈbæŋk steɪtmənt]
bản sao kê ngân hàng

TOPIC 66 — Finances – *Tài chính*

A. Forms of Payment [fɔːm əv 'peɪmənt] – *Các hình thức thanh toán*

a. check number ³
[tʃek 'nʌmbə(r)]
số séc

b. account number ⁴
[ə'kaʊnt 'nʌmbə(r)]
số tài khoản

¹ cash
[kæʃ]
tiền mặt

² check
[tʃek]
séc

⁵ credit card number
['kredɪt kɑːd 'nʌmbə(r)]
số thẻ tín dụng

⁶ credit card
['kredɪt kɑːd]
thẻ tín dụng

⁷ traveler's check
['trævələz tʃek]
séc du lịch

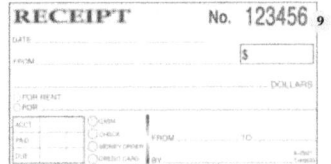

⁸ money order
['mʌni 'ɔːdə(r)]
phiếu chuyển tiền

B. Household Bills ['haʊshəʊld bɪlz] – *Hóa đơn thanh toán các khoản chi tiêu trong gia đình*

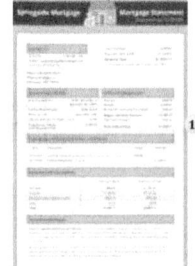

⁹ rent
[rent]
hóa đơn tiền thuê nhà

¹⁰ mortgage payment
['mɔːgɪdʒ 'peɪmənt]
hóa đơn thanh toán khoản vay thế chấp

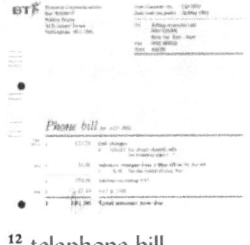

12 telephone bill
['telɪfəʊn bɪl]
hóa đơn điện thoại

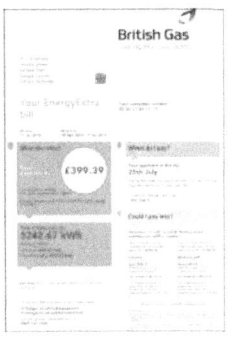

11 electric bill
[ɪ'lektrɪk bɪl]
hóa đơn tiền điện

13 gas bill
[gæs bɪl]
hóa đơn tiền ga

16 cable TV bill
['keɪbl ˌti: 'vi: bɪl]
hóa đơn truyền hình cáp

14 oil bill/heating bill
[ɔɪl bɪl/'hi:tɪŋ bɪl]
hóa đơn tiền dầu / tiền lò sưởi

15 water bill
['wɔ:tə(r) bɪl]
hóa đơn tiền nước

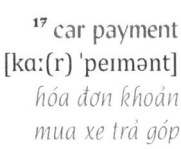

17 car payment
[kɑ:(r) 'peɪmənt]
hóa đơn khoản mua xe trả góp

18 credit card bill
['kredɪt kɑ:d bɪl]
hóa đơn thanh toán thẻ tín dụng

C. Family Finances ['fæməli 'faɪnænsɪz] – *Tài chính gia đình*

19 balance the checkbook
['bæləns ðə 'tʃekbʊk]
cân đối sổ séc

20 write a check
[raɪt ə tʃek]
viết séc

²¹ bank online
[bæŋk ˌɒn'laɪn]
thanh toán trên mạng

²² checkbook
['tʃekbʊk]
sổ séc

²³ check register
[tʃek 'redʒɪstə(r)]
sổ ghi các khoản giao dịch trong tài khoản

²⁴ monthly statement
['mʌnθli 'steɪtmənt]
bản kê trương mục hàng tháng

D. Using an ATM Machine [juːz ən ˌeɪ tiː 'em mə'ʃiːn] – *Cách sử dụng máy rút tiền tự động*

²⁵ insert the ATM card
[ɪn'sɜːt ðə ˌeɪ tiː 'em kɑːd]
cho thẻ rút tiền vào

²⁶ enter your PIN number
['entə(r) jɔː(r) pɪn 'nʌmbə(r)]
²⁷ personal identification number
['pɜːsənl aɪˌdentɪfɪ'keɪʃn 'nʌmbə(r)]
nhập mã số cá nhân

²⁸ select a transaction
[sɪ'lekt ə træn'zækʃn]
chọn hình thức giao dịch

²⁹ make a deposit
[meɪk ə dɪ'pɒzɪt]
gửi tiền

³⁰ withdraw/get cash
[wɪð'drɔː/get kæʃ]
rút tiền

³¹ transfer funds
[træns'fɜː(r) fʌndz]
chuyển khoản

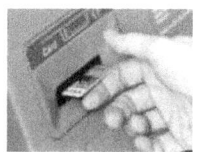 

³² remove your card
[rɪ'muːv jɔː(r) kɑːd]
lấy thẻ ra

³³ take your transaction slip/receipt
[teɪk jɔː(r) træn'zækʃn slɪp/rɪ'siːt]
nhận hóa đơn giao dịch

TOPIC 67 — The Post Office – *Bưu điện*

1. letter
   ['letə(r)]
   thư

2. postcard
   ['pəʊstkɑːd]
   bưu thiếp

3. air letter/aerogramme
   [eə(r) 'letə(r)/'eərəgræm]
   thư gửi bằng đường hàng không

4. package/parcel
   ['pækɪdʒ/'pɑːsl]
   bưu kiện

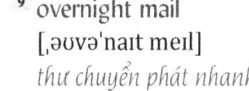

5. first class
   [ˌfɜːst 'klɑːs]
   thư loại một

6. priority mail
   [praɪ'ɒrəti meɪl]
   thư loại ưu tiên

7. parcel post
   ['pɑːsl pəʊst]
   bưu phẩm

8. express mail
   [ɪk'spres meɪl]

9. overnight mail
   [ˌəʊvə'naɪt meɪl]
   thư chuyển phát nhanh

10. certified mail
    [ˌsɜːtɪfaɪd 'meɪl]
    thư bảo đảm

11. stamp
    [stæmp]
    tem

12. sheet of stamps
    [ʃiːt əv stæmps]
    tờ tem

13. roll of stamps
    [rəʊl əv stæmps]
    cuộn tem

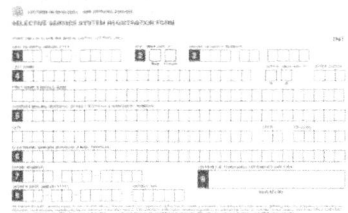

14. money order
    ['mʌni ɔːdə(r)]
    thư chuyển tiền

15. selective service registration form
    [sɪˌlektɪv 'sɜːvɪs ˌredʒɪ'streɪʃn fɔːm]
    mẫu đăng ký nghĩa vụ quân sự

16. book of stamps
    [bʊk əv stæmps]
    tập tem

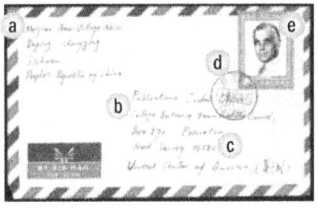

17 change-of-address form
[tʃeɪndʒ əv ə'dres fɔːm]
mẫu đơn đăng ký thay đổi địa chỉ

18 passport application form
['pɑːspɔːt ˌæplɪ'keɪʃn fɔːm]
mẫu đơn xin cấp hộ chiếu

a return address [rɪ'tɜːn ə'dres] ♦ *địa chỉ người gửi*
b mailing address ['meɪlɪŋ ə'dres] ♦ *địa chỉ người nhận*
c zip code ['zɪp kəʊd] ♦ *mã bưu điện*
d postmark ['pəʊstmɑːk] ♦ *dấu bưu điện*
e stamp/postage [stæmp/'pəʊstɪdʒ] ♦ *tem*

19 envelope ['envələʊp]
phong bì

20 mail slot
['meɪl slɒt]
khe nhét thư

21 postal worker
['pəʊstl 'wɜːkə(r)]
22 postal clerk
['pəʊstl klɑːk]
nhân viên bưu điện

23 scale
[skeɪl]
cân

24 stamp machine
[stæmp mə'ʃiːn]
máy bán tem tự động

25 letter carrier
['letə kæriə(r)]
26 mail carrier
['meɪl kæriə(r)]
người đưa thư; bưu tá

27 mail truck
[meɪl trʌk]
xe chuyển thư

28 mailbox
['meɪlbɒks]
hòm thư

TOPIC 68 — The Library – *Thư viện*

¹ online catalog
[ˌɒnˈlaɪn ˈkætəlɒg]
danh mục trực tuyến

² card catalog
[ˈkɑːd kætəlɒg]
tủ danh mục thẻ

³ author
[ˈɔːθə(r)]
tác giả

⁴ title
[ˈtaɪtl]
tựa sách

⁵ library card
[ˈlaɪbrəri kɑːd]
thẻ thư viện

⁶ copier/photocopier
[ˈkɒpiə(r)/ˈfəʊtəʊkɒpiə(r)]
⁷ copy machine
[ˈkɒpi məˈʃiːn]
máy photocopy

⁸ shelves
[ʃelvz]
kệ sách

⁹ children's section
[ˈtʃɪldrən ˈsekʃn]
khu sách thiếu nhi

¹⁰ children's books
[ˈtʃɪldrən bʊks]
sách thiếu nhi

¹¹ periodical section
[ˌpɪəriˈɒdɪkl ˈsekʃn]
khu tạp chí

¹² journals
[ˈdʒɜːnlz]
tập san

¹³ magazines
[ˌmægəˈziːnz]
tạp chí

¹⁴ newspapers
[ˈnjuːzpeɪpə(r)z]
báo

¹⁵ audiotapes
[ˈɔːdiəʊ teɪps]
băng ghi âm

¹⁶ media section
[ˈmiːdiə ˈsekʃn]
khu phương tiện truyền thông đại chúng

¹⁷ books on tape
[bʊks ɒn teɪp]
sách được ghi vào băng

  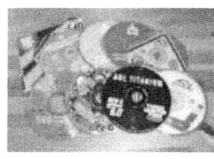 

18 CDs
[ˌsiː ˈdiːz]
đĩa CD

19 videotapes
[ˈvɪdiəʊteɪps]
băng video

20 (computer) software
[kəmˈpjuːtə(r) ˈsɒftweə(r)]
phần mềm (máy tính)

21 DVDs
[ˌdiː viː ˈdiːz]
đĩa DVD

22 foreign language section
[ˈfɒrən ˈlæŋgwɪdʒ ˈsekʃn]
khu sách ngoại văn

23 foreign language books
[ˈfɒrən ˈlæŋgwɪdʒ bʊks]
sách ngoại văn

24 reference section
[ˈrefrəns ˈsekʃn]
khu sách tham khảo

25 microfilm
[ˈmaɪkrəʊfɪlm]
vi phim

26 microfilm reader
[ˈmaɪkrəʊfɪlm ˈriːdə(r)]
đầu đọc vi phim

27 dictionary
[ˈdɪkʃənri]
từ điển

28 encyclopedia
[ɪnˌsaɪkləˈpiːdiə]
bộ sách bách khoa toàn thư

29 (reference) librarian
[ˈrefrəns laɪˈbreəriən]
thủ thư

30 atlas
[ˈætləs]
tập bản đồ

31 reference desk
[ˈrefrəns desk]
bàn chỉ dẫn tra cứu

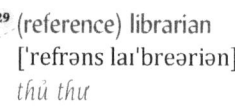 

32 checkout desk
[ˈtʃekaʊt desk]
bàn làm thủ tục mượn sách

33 library clerk
[ˈlaɪbrəri klɑːk]
nhân viên thư viện

TOPIC 69
Community Institutions – *Các tổ chức cộng đồng*

1. police station [pəˈliːs steɪʃn] *đồn cảnh sát*

2. fire station [ˈfaɪə steɪʃn] *trạm cứu hỏa*

3. hospital [ˈhɒspɪtl] *bệnh viện*

4. town hall/city hall [ˌtaʊn ˈhɔːl/ˌsɪti ˈhɔːl] *tòa thị chính*

5. recreation center [ˌriːkriˈeɪʃn ˈsentə(r)] *trung tâm giải trí*

6. dump [dʌmp] *bãi rác*

7. child-care center [ˈtʃaɪldkeə(r) ˈsentə(r)] *nhà trẻ*

8. senior center [ˈsiːniə(r) ˈsentə(r)] *viện dưỡng lão*

9. church [tʃɜːtʃ] *nhà thờ*

10. synagogue [ˈsɪnəgɒg] *thánh đường Do Thái*

11. mosque [mɒsk] *thánh đường Hồi giáo*

12. temple [ˈtempl] *chùa*

13. emergency operator [iˈmɜːdʒənsi ˈɒpəreɪtə(r)] *nhân viên trực tổng đài khẩn*

14. police officer [pəˈliːs ɒfɪsə(r)] *cảnh sát*

15. police car [pəˈliːs kɑː(r)] *xe cảnh sát*

16. fire engine [ˈfaɪər endʒɪn] *xe cứu hỏa*

 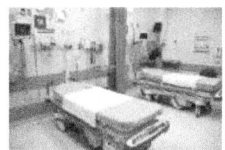  

¹⁷ firefighter
['faɪəfaɪtə(r)]
nhân viên cứu hỏa

¹⁸ emergency room
[ɪ'mɜ:dʒənsi ru:m]
phòng cấp cứu

¹⁹ EMT/paramedic
[,i: em ti:/,pærə'medɪk]
nhân viên cấp cứu

²⁰ ambulance
['æmbjələns]
xe cấp cứu

²¹ mayor/city manager
[meə(r)/'sɪti 'mænɪdʒə(r)]
thị trưởng

²² meeting room
['mi:tɪŋ ru:m]
phòng họp

²³ gym [dʒɪm]
phòng tập thể dục

²⁴ activities director
[æk'tɪvəti də'rektə(r)]
người hướng dẫn tập luyện

²⁵ game room
[geɪm ru:m]
phòng trò chơi

²⁶ swimming pool
['swɪmɪŋ pu:l]
hồ bơi

²⁷ sanitation worker
[,sænɪ'teɪʃn 'wɜ:kə(r)]
nhân viên vệ sinh

²⁸ recycling center
[,ri:'saklɪŋ 'sentə(r)]
khu tái chế rác

²⁹ child-care worker
['tʃaɪldkeə(r) 'wɜ:kə(r)]
bảo mẫu; cô giữ trẻ

³⁰ nursery
['nɜ:səri]
phòng ngủ của trẻ

³¹ playroom
['pleɪru:m]
phòng chơi

³² eldercare worker
['eldəkeə(r) 'wɜ:kə(r)]

³³ senior care worker
['si:niə(r) keə(r) 'wɜ:kə(r)]
nhân viên chăm sóc người già

TOPIC 70 — Crime and Emergencies – *Tội phạm và tình trạng khẩn cấp*

1. car accident
[kɑ:(r) 'æksɪdənt]
tai nạn ô tô

2. fire
['faɪə(r)]
hỏa hoạn

3. explosion
[ɪk'spləʊʒn]
nổ

4. robbery
['rɒbəri]
ăn cướp

5. burglary
['bɜ:gləri]
trộm cắp

6. mugging
['mʌgɪŋ]
trấn lột

7. kidnapping
['kɪdnæpɪŋ]
bắt cóc

8. lost child
[lɒst tʃaɪld]
trẻ lạc

9. car jacking
[kɑ:(r) dʒækɪŋ]
cướp xe

10. bank robbery
[bæŋk 'rɒbəri]
cướp ngân hàng

11. assault
[ə'sɔ:lt]
hành hung

12. murder
['mɜ:də(r)]
giết người

13. blackout/power outage
['blækaʊt/'paʊə(r) 'aʊtɪdʒ]
cúp điện

14. gas leak
[gæs li:k]
xì gas

¹⁵ water main break
['wɔːtə(r) meɪn breɪk]
vỡ ống dẫn nước chính

¹⁶ downed power line
['daʊnəd 'paʊə(r) laɪn]
dây điện bị đứt

¹⁷ chemical spill
['kemɪkl spɪl]
hóa chất bị đổ

¹⁸ train derailment
[treɪn dɪ'reɪlmənt]
tàu trật đường ray

¹⁹ vandalism
['vændəlɪzəm]
phá hoại của công

²⁰ gang violence
[gæŋ 'vaɪələns]
bạo lực băng nhóm

²¹ drunk driving
['drʌŋk draɪvɪŋ]
lái xe khi say

²² drug dealing
['drʌŋk 'diːlɪŋ]
buôn bán ma túy

²³ a car accident
[ə kɑːr 'æksɪdənt]
tai nạn xe hơi

²⁴ the building's on fire
[ðə bɪldɪŋz ɒn 'faɪər]
tòa nhà đang bốc cháy

²⁵ earthquake
['ɜːθkweɪk]
động đất

²⁶ get an electric shock
[get ən ɪ'lektrɪk ʃɒk]
bị điện giật

TOPIC 71 — The Body – Cơ thể

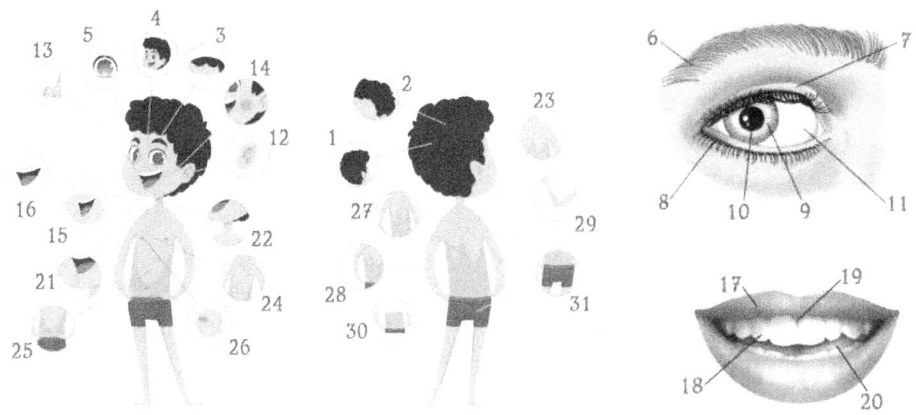

1. head [hed] ♦ đầu
2. hair [heə(r)] ♦ tóc
3. forehead ['fɔːhed] ♦ trán
4. face [feɪs] ♦ mặt
5. eye [aɪ] ♦ mắt
6. eyebrow ['aɪbraʊ] ♦ lông mày
7. eyelid ['aɪlɪd] ♦ mí mắt
8. eyelashes ['aɪlæʃɪz] ♦ lông mi
9. iris ['aɪrɪs] ♦ mống mắt
10. pupil ['pjuːpl] ♦ đồng tử
11. cornea ['kɔːnɪə] ♦ giác mạc
12. ear [ɪə(r)] ♦ tai
13. nose [nəʊz] ♦ mũi
14. cheek [tʃiːk] ♦ má
15. jaw [dʒɔː] ♦ hàm
16. mouth [maʊθ] ♦ miệng
17. lip [lɪp] ♦ môi
18. toothteeth [tuːθ tiːθ] ♦ răng
19. gums [ɡʌmz] ♦ nướu
20. tongue [tʌŋ] ♦ lưỡi
21. chin [tʃɪn] ♦ cằm
22. neck [nek] ♦ cổ
23. shoulder ['ʃəʊldə(r)] ♦ vai
24. chest [tʃest] ♦ ngực
25. abdomen ['æbdəmən] ♦ bụng
26. breast [brest] ♦ vú
27. back [bæk] ♦ lưng
28. arm [ɑːm] ♦ cánh tay
29. elbow ['elbəʊ] ♦ cùi chỏ
30. waist [weɪst] ♦ eo
31. hip [hɪp] ♦ hông

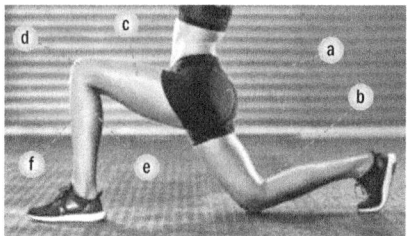

- a) ¹ buttocks ['bʌtəks] ♦ mông
- b) ² leg [leg] ♦ chân
- c) ³ thigh [θaɪ] ♦ đùi
- d) ⁴ knee [niː] ♦ đầu gối
- e) ⁵ calf [kɑːf] ♦ bắp chân
- f) ⁶ shin [ʃɪn] ♦ cẳng chân; ống quyển

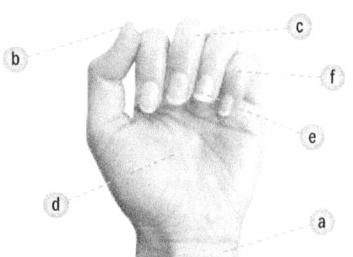

⁷ hand [hænd]
bàn tay

- a) ⁸ wrist [rɪst] ♦ cổ tay
- b) ⁹ thumb [θʌm] ♦ ngón cái
- c) ¹⁰ finger ['fɪŋgə(r)] ♦ ngón tay
- d) ¹¹ palm [pɑːm] ♦ lòng bàn tay
- e) ¹² fingernail ['fɪŋgəneɪl] ♦ móng tay
- f) ¹³ knuckle ['nʌkl] ♦ khớp ngón tay

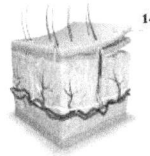

¹⁴ skin [skɪn]
da

¹⁵ nerve [nɜːv]
dây thần kinh

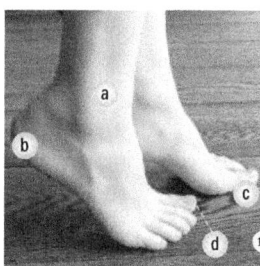

¹⁶ foot [fʊt]
bàn chân

- a) ¹⁷ ankle ['æŋkl] ♦ mắt cá
- b) ¹⁸ heel [hiːl] ♦ gót chân
- c) ¹⁹ toe [təʊ] ♦ ngón chân
- d) ²⁰ toenail ['təʊneɪl] ♦ móng chân

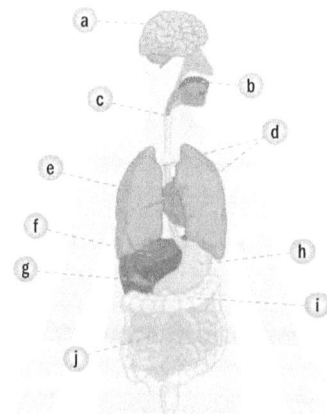

- a) ²¹ brain [breɪn] ♦ não
- b) ²² throat [θrəʊt] ♦ họng
- c) ²³ esophagus [iˈsɒfəgəs] ♦ thực quản
- d) ²⁴ lungs [lʌŋz] ♦ phổi
- e) ²⁵ heart [hɑːt] ♦ tim
- f) ²⁶ liver ['lɪvə(r)] ♦ gan
- g) ²⁷ gallbladder ['gɔːl blædə(r)] ♦ túi mật
- h) ²⁸ stomach ['stʌmək] ♦ dạ dày
- i) ²⁹ large intestine [lɑːdʒ ɪnˈtestɪn] ♦ ruột già
- j) ³⁰ small intestine [smɔːl ɪnˈtestɪn] ♦ ruột non

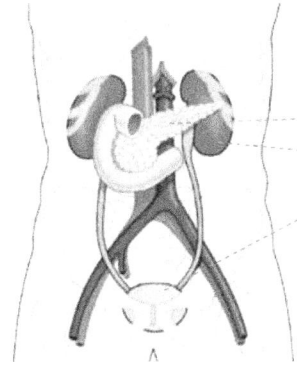

a — ³¹ pancreas ['pæŋkriəs] ♦ tuyến tụy
b — ³² kidneys ['kɪdniz] ♦ thận
c — ³³ bladder ['blædə(r)] ♦ bàng quang

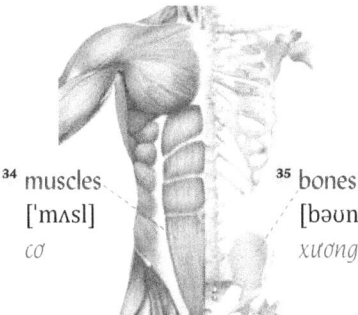

³⁴ muscles ['mʌsl] cơ
³⁵ bones [bəʊnz] xương

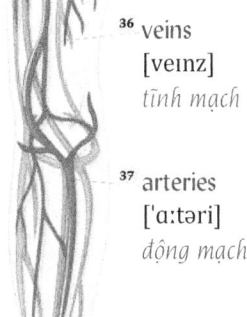

³⁶ veins [veɪnz] tĩnh mạch
³⁷ arteries ['ɑːtəri] động mạch

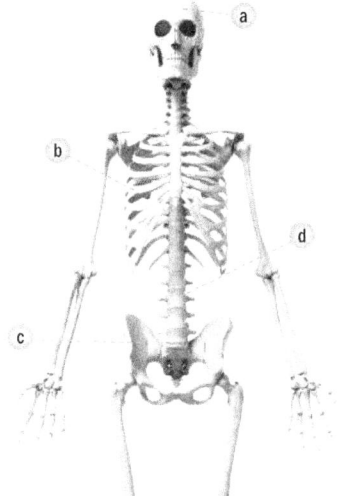

a — ³⁸ skull [skʌl] ♦ sọ
b — ³⁹ ribcage ['rɪbkeɪdʒ] ♦ xương sườn
c — ⁴⁰ pelvis ['pelvɪs] ♦ khung chậu
d — ⁴¹ spinal column [ˌspaɪnl 'kɒləm] ♦ cột sống
⁴² spinal cord [ˌspaɪnl kɔːd] ♦ cột sống

TOPIC 72 — Ailments, Symtoms, and Injuries – *Bệnh, triệu chứng và chấn thương*

  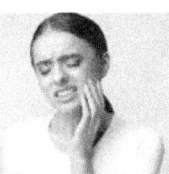 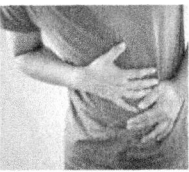

¹ headache
['hedeɪk]
nhức đầu

² earache
['ɪəreɪk]
đau tai

³ toothache
['tu:θeɪk]
đau răng

⁴ stomachache
['stʌmək eɪk]
đau bao tử

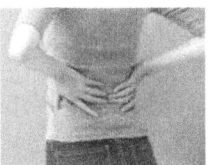 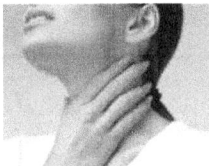  

⁵ backache
['bækeɪk]
đau lưng

⁶ sore throat
[sɔ:(r) θrəʊt]
viêm họng

⁷ fever
['fi:və(r)]

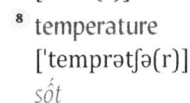

⁸ temperature
['temprətʃə(r)]
sốt

⁹ cold
[kəʊld]
cảm lạnh

 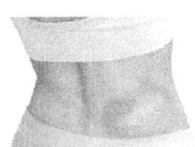 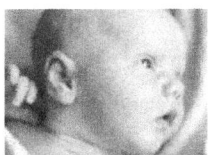 

¹⁰ cough
[kɒf]
ho

¹¹ infection
[ɪn'fekʃn]
nhiễm trùng

¹² rash
[ræʃ]
phát ban

¹³ insect bite
['ɪnsekt baɪt]
vết đốt của côn trùng

 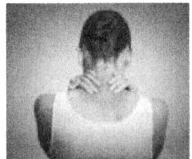  

¹⁴ sunburn
['sʌnbɜ:n]
cháy nắng

¹⁵ stiff neck
[,stɪf 'nek]
cổ cứng

¹⁶ runny nose
['rʌni nəʊz]
sổ mũi

¹⁷ bloody nose
['blʌdi nəʊz]
chảy máu mũi

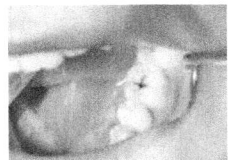 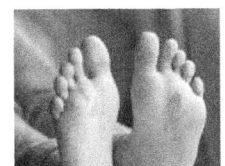  

¹⁸ cavity ['kævəti] *sâu răng*   ¹⁹ blister ['blɪstə(r)] *vết rộp*   ²⁰ wart [wɔːt] *mụn cóc*   ²¹ (the) hiccups [ðə 'hɪkʌps] *nấc cụt*

  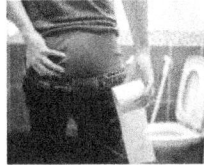 

²² (the) chills [ðə tʃɪlz] *ớn lạnh*   ²³ cramps [kræmps] *vọp bẻ*   ²⁴ diarrhea [ˌdaɪə'rɪə] *tiêu chảy*   ²⁵ chest pain [tʃest peɪn] *đau ngực*

 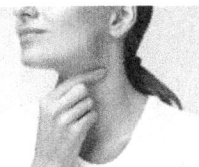  

²⁶ shortness of breath ['ʃɔːtnəs əv breθ] *thở gấp*   ²⁷ laryngitis [ˌlærɪn'dʒaɪtɪs] *viêm thanh quản*   ²⁸ faint [feɪnt] *là người; muốn xỉu*   ²⁹ dizzy ['dɪzi] *chóng mặt; xây xẩm*

 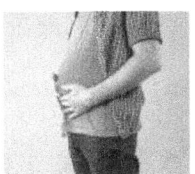 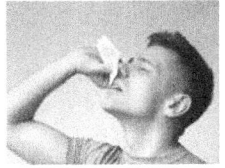 

³⁰ nauseous ['nɔːziəs] *buồn nôn*   ³¹ bloated ['bləʊtɪd] *phù; sưng húp*   ³² congested [kən'dʒestɪd] *sung huyết*   ³³ exhausted [ɪg'zɔːstɪd] *kiệt sức; mệt lử*

³⁴ cough [kɒf] *ho*
³⁵ sneeze [sni:z] *hắt hơi*
³⁶ wheeze [wi:z] *thở khò khè*
³⁷ burp [bɜ:p] *ợ*

   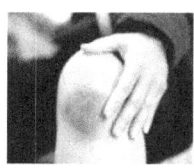

³⁸ vomit/throw up ['vɒmɪt/θrəʊ ʌp] *nôn; mửa*
³⁹ bleed [bli:d] *chảy máu*
⁴⁰ twist [twɪst] *bị trẹo; bị sái*
⁴¹ scratch [skrætʃ] *bị xước; bị trầy*

⁴² scrape [skreɪp] *bị sây sát*
⁴³ bruise [bru:z] *bị thâm tím; bị bầm*
⁴⁴ burn [bɜ:n] *bị bỏng*
⁴⁵ hurt [hɜ:t] *bị đau*

⁴⁶ cut [kʌt] *bị đứt (tay)*
⁴⁷ sprain [spreɪn] *bị bong gân*
⁴⁸ dislocate ['dɪsləkeɪt] *bị trật khớp*
⁴⁹ break [breɪk] *bị gãy (xương)*

 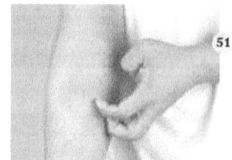

⁵⁰ swollen ['swəʊlən] *bị sưng*
⁵¹ itchy ['ɪtʃɪ] *bị ngứa*

TOPIC 73 — First Aid – *Sơ cứu*

1. first-aid manual
[ˌfɜːst 'eɪd 'mænjuəl]
sách hướng dẫn sơ cứu

2. first-aid kit
[ˌfɜːst 'eɪd kɪt]
hộp sơ cứu

3. (adhesive) bandage/Band-Aid™
[əd'hiːsɪv 'bændɪdʒ/ 'bænd eɪd]
băng dính; băng cá nhân

4. antiseptic cleansing wipe
[ˌænti'septɪk klenzɪŋ waɪp]
khăn tiệt trùng

5. sterile (dressing) pad
['steraɪl 'dresɪŋ pæd]
gạc vô trùng

6. hydrogen peroxide
[ˌhaɪdrəgən pə'rɒksaɪd]
nước ô-xy già

7. antibiotic ointment
[ˌæntibaɪ'ɒtɪk 'ɔɪntmənt]
thuốc mỡ có kháng sinh

8. gauze
[gɔːz]
gạc

9. adhesive tape
[əd'hiːsɪv teɪp]
băng keo

10. tweezers
['twiːzəz]
cái nhíp

11. antihistamine cream
[ˌænti'hɪstəmiːn kriːm]
kem bôi chống dị ứng

12. elastic bandage/Ace™ bandage
[ɪ'læstɪk 'bændɪdʒ/ eɪs 'bændɪdʒ]
băng thun

13. aspirin
['æsprɪn]
thuốc aspirin

14 non-aspirin pain reliever
[nɒn 'æsprɪn peɪn rɪ'liːvə(r)]
thuốc giảm đau không có aspirin

15 has no pulse
[həz nəʊ pʌls]
không có nhịp tim
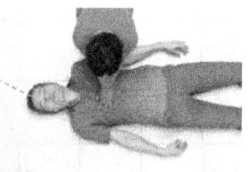

16 CPR (cardiopulmonary resuscitation)
[ˌsiː piː 'ɑː(r) 'kɑːdiəʊ 'pʌlmənəri rɪˌsʌsɪ'teɪʃn]
cấp cứu tim đập

17 isn't breathing
['ɪznt 'briːðɪŋ]
không thở

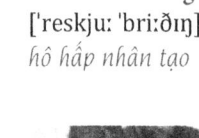
18 rescue breathing
['reskjuː 'briːðɪŋ]
hô hấp nhân tạo

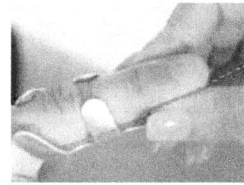
19 splint
[splɪnt]
thanh nẹp

21 is choking
[ɪz tʃəʊkɪŋ]
ngạt thở

20 broke a finger
[brəʊk ə 'fɪŋɡə(r)]
gãy ngón tay

22 the Heimlich maneuver
[ðə haɪmlɪk mənuːvə]
thủ thuật Heimlich (một cách sơ cứu nghẹt thở do dị vật)

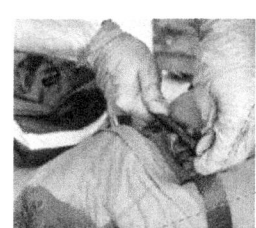
23 tourniquet
['tʊənɪkeɪ]
dây thắt; garô

24 is bleeding
[ɪz 'bliːdɪŋ]
chảy máu

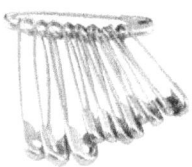
25 safety pin
['seɪfti pɪn]
ghim băng

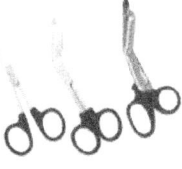
26 scissors
['sɪzəz]
kéo

27 painkillers
['peɪnkɪlərz]
thuốc giảm đau

TOPIC 74

Medical Emergencies and Illnesses
Các trường hợp cấp cứu và các căn bệnh

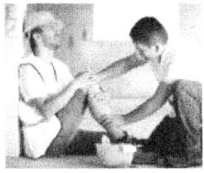 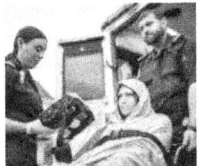 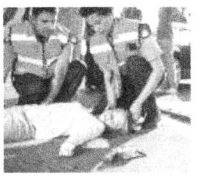 

1. hurt/injured [hɜːt/'ɪndʒəd] bị thương
2. in shock [ɪn ʃɒk] bị sốc
3. unconscious [ʌn'kɒnʃəs] bất tỉnh
4. heatstroke ['hiːtstrəʊk] say nắng; cảm nhiệt

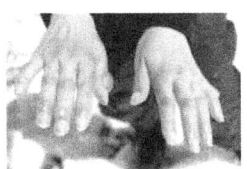   

5. frostbite ['frɒstbaɪt] tổn thương do tê cóng
6. heart attack ['hɑːt ətæk] cơn đau tim
7. allergic reaction [ə'lɜːdʒɪk ri'ækʃn] dị ứng
8. smallow poison ['smæləʊ 'pɔɪzn] uống phải chất độc

9. overdose on drugs ['əʊvədəʊs ɒn drʌgz] dùng thuốc quá liều
10. fall-fell [fɔːl fel] ngã
11. get-got an electric shock [get gɒt ən ɪ'lektrɪk ʃɒk] bị giật điện

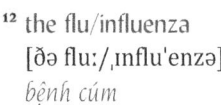  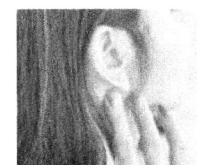

12. the flu/influenza [ðə fluː/ˌɪnflu'enzə] bệnh cúm
13. an ear infection [ən ɪə(r) ɪn'fekʃn] viêm tai

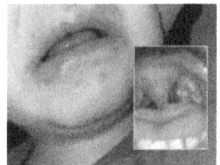
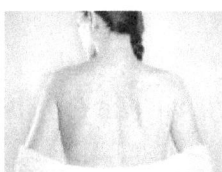

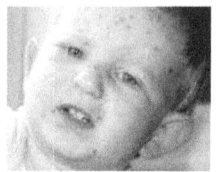

¹⁴ strep throat
[ˌstrep 'θrəʊt]
nhiễm liên cầu

¹⁵ measles
['miːzlz]
bệnh sởi

¹⁶ mumps
[mʌmps]
quai bị

¹⁷ chicken pox
['tʃɪkɪn pɒks]
bệnh thủy đậu

¹⁸ asthma ['æsmə]
bệnh hen; bệnh suyễn

¹⁹ cancer
['kænsə(r)]
ung thư

²⁰ depression
[dɪ'preʃn]
trầm cảm

²¹ diabetes
[ˌdaɪə'biːtiːz]
bệnh tiểu đường

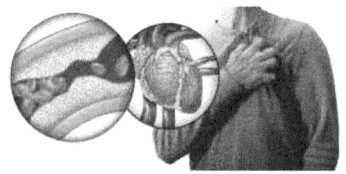
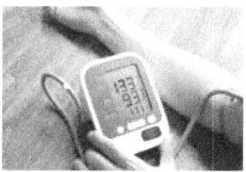

²² heart disease
[hɑːt dɪ'ziːz]
bệnh tim

²³ high blood pressure / hypertension
[haɪ blʌd 'preʃə(r)/ˌhaɪpə'tenʃn]
cao huyết áp

²⁴ TB/tuberculosis
[ˌtiː biː/tjuːˌbɜːkju'ləʊsɪs]
bệnh lao

²⁵ AIDS (Acquired Immune Deficiency Syndrome)
[eɪdz] [əˌkwaɪəd ɪ'mjuːn dɪ'fɪʃnsi 'sɪndrəʊm]
bệnh AIDS

TOPIC 75: The Medical Exam – *Kiểm tra sức khỏe*

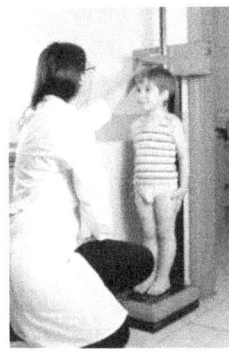

² take your temperature
[teɪk jɔː(r) 'temprətʃə(r)]
đo thân nhiệt

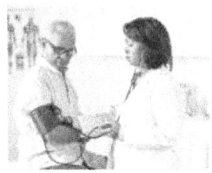

³ check your blood pressure
[tʃek jɔː(r) blʌd 'preʃə(r)]
kiểm tra huyết áp

⁴ draw some blood
[drɔː səm blʌd]
lấy máu

¹ measure your height and weight
['meʒə(r) jɔː(r) haɪt ənd weɪt]
đo chiều cao và cân trọng lượng

⁶ ask you some questions about your health
[ɑːsk ju səm 'kwestʃənz ə'baʊt jɔː(r) helθ]
hỏi một số câu hỏi về tình trạng sức khỏe

⁷ examine your eyes, ears, nose, and throat
[ɪɡ'zæmɪn jɔː(r) aɪz ɪərz nəʊz ənd θrəʊt]
kiểm tra mắt, tai, mũi và họng

⁵ listen to your heart
['lɪsn tu jɔː(r) hɑːt]
nghe nhịp tim

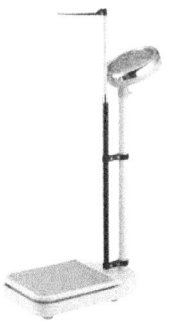

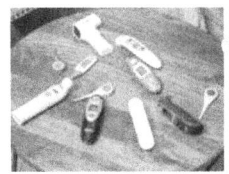

⁸ thermometer
[θə'mɒmɪtə(r)]
nhiệt kế

⁹ take a chest X-ray
[teɪk ə tʃest 'eks reɪ]
chụp X-quang phổi (ngực)

¹⁰ scale
[skeɪl]
cái cân

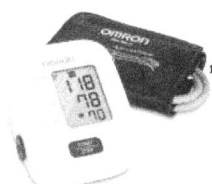

¹¹ blood pressure gauge
[blʌd 'preʃə(r) ɡeɪdʒ]
máy đo huyết áp

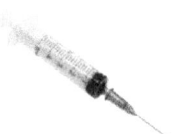  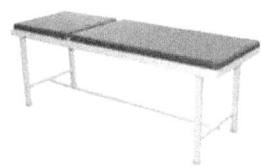

¹² needle/syringe
['niːdl/sɪ'rɪndʒ]
kim tiêm/ống tiêm

¹³ examination room
[ɪgˌzæmɪ'neɪʃn ruːm]
phòng khám

¹⁴ examination table
[ɪgˌzæmɪ'neɪʃn 'teɪbl]
bàn khám

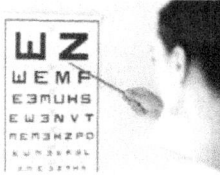 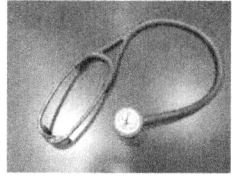 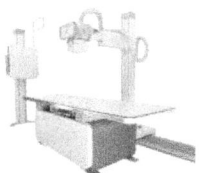

¹⁵ eye chart
[aɪ tʃɑːt]
bảng kiểm tra thị lực

¹⁶ stethoscope
['steθəskəʊp]
ống nghe

¹⁷ X-ray machine
['eks reɪ mə'ʃiːn]
máy chụp X-quang

 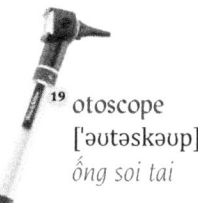 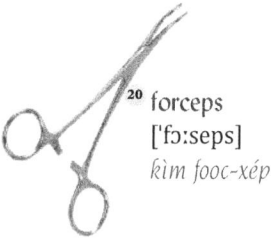

¹⁹ otoscope
['əʊtəskəʊp]
ống soi tai

²⁰ forceps
['fɔːseps]
kìm fooc-xép

¹⁸ privacy screen
['prɪvəsi skriːn]
màn ngăn cách bác sĩ và bệnh nhân với người khác

²¹ oxygen mask
['ɒksɪdʒən mɑːsk]
mặt nạ dưỡng khí

²² vial
['vaɪəl]
lọ nhỏ

TOPIC 76

Medical and Dental Procedure
Các qui trình khám chữa bệnh và chữa răng

1 clean the wound
[kliːn ðə wuːnd]
rửa vết thương

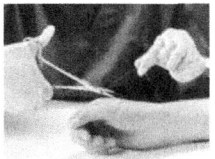
2 close the wound
[kləʊz ðə wuːnd]
khâu vết thương

3 dress the wound
[dres ðə wuːnd]
băng vết thương

4 clean your teeth
[kliːn jɔː(r) tiːθ]
vệ sinh răng

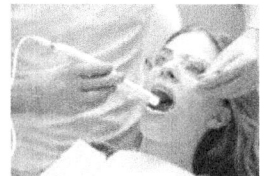
5 examine your teeth
[ɪɡˈzæmɪn jɔː(r) tiːθ]
khám răng

6 give you a shot of anesthetic
[ɡɪv ju ə ʃɒt əv ˌænəsˈθetɪk]
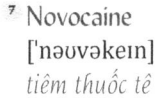
7 Novocaine
[ˈnəʊvəkeɪn]
tiêm thuốc tê

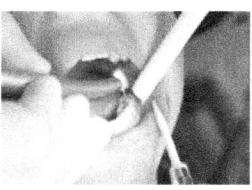
8 drill the cavity
[drɪl ðə ˈkævəti]
khoan lỗ (chỗ sâu răng)

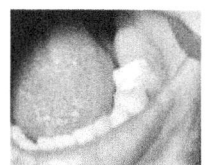
9 fill the tooth
[fɪl ðə tuːθ]
trám răng

10 waiting room
[ˈweɪtɪŋ ruːm]
phòng chờ

11 receptionist
[rɪˈsepʃənɪst]
nhân viên tiếp tân

12 insurance card
[ɪnˈʃʊərəns kɑːd]
thẻ bảo hiểm

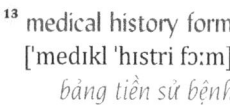
13 medical history form
[ˈmedɪkl ˈhɪstri fɔːm]
bảng tiền sử bệnh

14 examination room
[ɪɡˌzæmɪˈneɪʃn ruːm]
phòng khám

   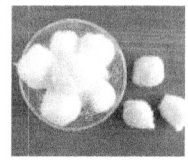

15 doctor/physician ['dɒktə(r)/fɪ'zɪʃn] *bác sĩ*

16 patient ['peɪʃnt] *bệnh nhân*

17 nurse [nɜːs] *y tá*

18 cotton balls ['kɒtn bɔːlz] *bông gòn*

 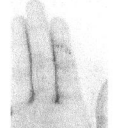   

19 alcohol ['ælkəhɒl] *cồn (sát trùng vết thương)*

20 stitches [stɪtʃɪz] *các mũi khâu*

21 gauze [gɔːz] *gạc*

22 tape [teɪp] *băng*

23 injection/shot [ɪn'dʒekʃn/ʃɒt] *mũi tiêm*

   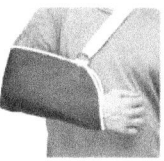 

24 crutches [krʌtʃɪz] *nạng*

25 ice pack [aɪs pæk] *túi nước đá*

26 prescription [prɪ'skrɪpʃn] *toa thuốc*

27 sling [slɪŋ] *băng đeo*

28 cast [kɑːst] *băng bột*

29 brace [breɪs] *nẹp chân*

30 mask [mɑːsk] *khẩu trang*

31 gloves [glʌvz] *găng tay*

33 dentist ['dentɪst] *nha sĩ*

32 dental assistant ['dentl ə'sɪstənt] *phụ tá nha khoa*

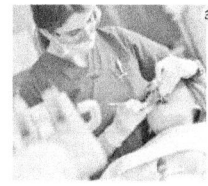

34 dental hygienist ['dentl haɪdʒiːnɪst] *phụ tá nha khoa chuyên phụ trách việc cạo vôi răng và khuyến cáo vệ sinh răng miệng*

 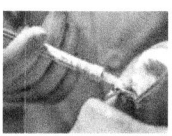

35 drill [drɪl] *khoan*

36 filling ['fɪlɪŋ] *trám*

TOPIC 77 — Medical Advice – Sự tư vấn của bác sĩ

1. rest in bed [rest ɪn bed] — nằm nghỉ
2. drink fluids [drɪŋk 'fluːɪdz] — uống nước
3. gargle ['gɑːgl] — súc miệng
4. go on a diet [gəʊ ɒn ə 'daɪət] — ăn uống theo chế độ
5. exercise ['eksəsaɪz] — tập thể dục

   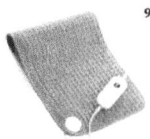

6. take vitamins [teɪk 'vɪtəmɪnz] — uống vitamin
7. see a specialist [siː ə 'speʃəlɪst] — tham vấn bác sĩ chuyên khoa
8. get acupuncture [get 'ækjupʌŋktʃə(r)] — châm cứu
9. heating pad ['hiːtɪŋ pæd] — đệm chườm nóng

10. walker ['wɔːkə(r)] — khung tập đi

11. humidifier [hjuːˈmɪdɪfaɪə(r)] — máy giữ ẩm không khí
12. air purifier [eə(r) 'pjʊərɪfaɪə(r)] — máy lọc không khí
13. cane [keɪn] — gậy; ba toong
14. wheelchair ['wiːltʃeə(r)] — xe lăn

   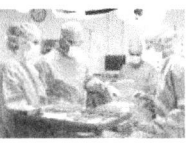

15. blood work/blood tests [blʌd wɜːk/blʌd tests] — xét nghiệm máu
16. tests [tests] — các kiểm tra
17. physical therapy [ˌfɪzɪkl 'θerəpi] — vật lý trị liệu
18. surgery ['sɜːdʒəri] — phẫu thuật

19. counseling ['kaʊnslɪŋ] — sự tư vấn
20. braces [breɪsɪz] — niềng răng

TOPIC 78 — Medicine – *Thuốc*

 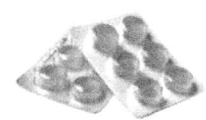   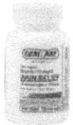

¹ aspirin ['æsprɪn] *aspirin*

² cold tablets [kəʊld 'tæbləts] *thuốc cảm*

³ vitamins ['vɪtəmɪnz] *vitamin*

⁴ cough syrup [kɒf 'sɪrəp] *thuốc ho (nước)*

⁵ non-aspirin pain reliever [nɒn 'æsprɪn 'peɪn rɪ'li:və(r)] *thuốc giảm đau không có aspirin*

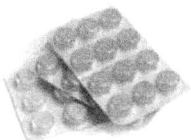   

⁶ cough drops [kɒf drɒps] *thuốc ngậm trị ho*

⁷ throat lozenges [θrəʊt 'lɒzɪndʒɪz] *viên ngậm trị đau họng*

⁸ antacid tablets [ænt'æsɪd 'tæbləts] *thuốc kháng acid*

⁹ decongestant spray [ˌdi:kən'dʒestənt spreɪ]

¹⁰ nasal spray ['neɪzl spreɪ] *thuốc nhỏ mũi*

¹¹ eye drops [aɪ drɒps] *thuốc nhỏ mắt*

¹² ointment ['ɔɪntmənt] *thuốc mỡ; pom mát*

¹³ cream/creme [kri:m/ˌkrem] *kem*

 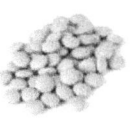  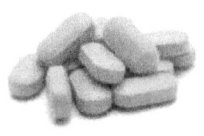

¹⁷ lotion ['ləʊʃn] *thuốc hoặc mỹ phẩm lỏng dùng cho da*

¹⁴ pill [pɪl] *thuốc viên*

¹⁵ tablet ['tæblət] *thuốc viên tròn*

¹⁶ capsule ['kæpsju:l] *thuốc con nhộng*

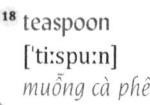 

¹⁸ teaspoon ['ti:spu:n] *muỗng cà phê*

¹⁹ tablespoon ['teɪblspu:n] *muỗng canh*

²⁰ caplet ['kæplət] *thuốc viên dài*

TOPIC 79 — Medical Specialists – *Chuyên gia y tế*

1. cardiologist [ˌkɑːdiˈɒlədʒɪst]
bác sĩ chuyên khoa tim

2. gynecologist [ˌɡaɪnəˈkɒlədʒɪst]
bác sĩ phụ khoa

3. pediatrician [ˌpiːdiəˈtrɪʃn]
bác sĩ nhi khoa

4. gerontologist [ˌdʒerɒnˈtɒlədʒɪst]
bác sĩ lão khoa

5. allergist [əˈlɜːdʒɪst]
bác sĩ chuyên khoa dị ứng

6. orthopedist [ˌɔːθəˈpiːdɪst]
bác sĩ chuyên khoa chỉnh hình

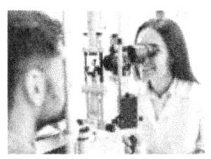
7. ophthalmologist [ˌɒfθælˈmɒlədʒɪst]
bác sĩ nhãn khoa

8. ear, nose, and throat (ENT) specialist [ɪə(r) nəʊz ənd θrəʊt ˈspeʃəlɪst]
chuyên viên tai, mũi, họng

9. audiologist [ˌɔːdiˈɒlədʒɪst]
chuyên gia thính giác

10. physical therapist [ˈfɪzɪkl ˈθerəpɪst]
chuyên gia vật lý trị liệu

11. counselor/therapist [ˈkaʊnsələ(r)/ˈθerəpɪst]
chuyên gia tư vấn/nhà liệu pháp

12. psychiatrist [saɪˈkaɪətrɪst]
chuyên gia về tâm thần học

13. gastroenterologist [ˌɡæstrəʊˌentəˈrɒlədʒɪst]
bác sĩ chuyên khoa tiêu hóa

14. chiropractor [ˈkaɪərəʊpræktə(r)]
chuyên gia xoa nắn cột sống

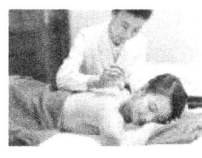
15. acupuncturist [ˈækjupʌŋktʃərɪst]
chuyên gia châm cứu

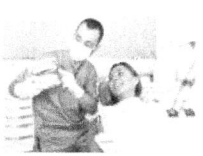
16. orthodontist [ˌɔːθəˈdɒntɪst]
nha sĩ chỉnh răng

TOPIC 80: The Hospital – *Bệnh viện*

A. Patient's room ['peɪʃnts ruːm] – *Phòng bệnh*

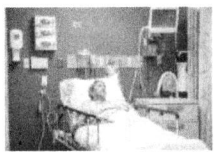   

1. patient
   ['peɪʃnt]
   bệnh nhân

2. hospital gown
   ['hɒspɪtl gaʊn]
   áo bệnh nhân

3. hospital bed
   ['hɒspɪtl bed]
   giường bệnh

4. bed control
   [bed kən'trəʊl]
   bộ điều chỉnh giường

5. call button
   [kɔːl 'bʌtn]
   nút gọi (y tá)

6. I.V. [ˌaɪ 'viː]
   tiêm truyền qua đường tĩnh mạch

7. vital signs monitor
   [ˌvaɪtl 'saɪnz 'mɒnɪtə(r)]
   máy theo dõi sinh hiệu (dấu hiệu sinh tồn)

8. bed table
   [bed 'teɪbl]
   bàn ăn tại giường

9. bed pan
   [bed pæn]
   cái bô dành cho bệnh nhân

10. medical chart
    ['medɪkl tʃɑːt]
    bảng theo dõi bệnh trạng

11. doctor/physician
    ['dɒktə(r)/fɪ'zɪʃn]
    bác sĩ

B. Nurse's station [nɜːrs 'steɪʃn] – *Trạm y tá*

12. nurse
    [nɜːs]
    y tá

13. dietitian [ˌdaɪə'tɪʃn]
    chuyên gia dinh dưỡng

14. orderly
    ['ɔːdəli]
    hộ lý

C. Operating room ['ɒpəreɪtɪŋ ruːm] – *Phòng phẫu thuật*

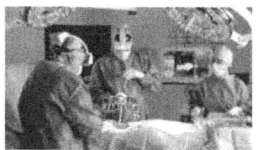  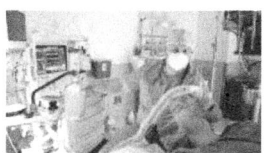

¹⁵ surgeon
['sɜːdʒən]
bác sĩ phẫu thuật

¹⁶ surgical nurse
['sɜːdʒɪkl nɜːs]
y tá trợ giúp phẫu thuật

¹⁷ anesthesiologist
[ˌænəsˌθiːziˈɒlədʒɪst]
bác sĩ gây mê

D. Waiting room ['weɪtɪŋ ruːm] – *Phòng chờ*

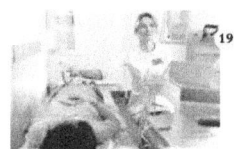

¹⁸ volunteer
[ˌvɒlənˈtɪə(r)]
tình nguyện viên

E. Birthing room/Delivery room ['bɜːθɪŋ ruːm/dɪˈlɪvəri ruːm] – *Phòng sinh*

¹⁹ obstetrician
[ˌɒbstəˈtrɪʃn]
bác sĩ khoa sản

²⁰ midwife/nurse-midwife
['mɪdwaɪf/nɜːs 'mɪdwaɪf]
nữ hộ sinh

F. Emergency room/ER [iˈmɜːdʒənsi ruːm/iː ɑː(r)] – *Phòng cấp cứu*

²¹ emergency medical technician/EMT
[iˈmɜːdʒənsi ˈmedɪkl tekˈnɪʃn/ˌiː em tiː]
nhân viên cấp cứu

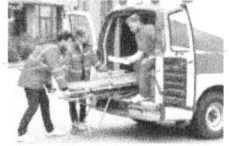

²² gurney
['gɜːni]
giường cấp cứu

G. Radiology department [ˌreɪdiˈɒlədʒi dɪˈpɑːtmənt] – *Bộ phận chụp X-quang*

²³ X-ray technician
['eks reɪ tekˈnɪʃn]
kỹ thuật viên X-quang

²⁴ radiologist
[ˌreɪdiˈɒlədʒɪst]
bác sĩ X-quang

H. Laboratory/lab [ləˈbɒrətri/læb] – *Phòng nghiên cứu*

²⁵ lab technician
[læb tekˈnɪʃn]
kỹ thuật viên xét nghiệm

TOPIC 81 — Personal Hygiene – *Vệ sinh cá nhân*

 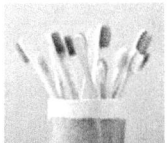  

¹ brush my teeth [brʌʃ maɪ tiːθ] *đánh răng*
² toothbrush [ˈtuːθbrʌʃ] *bàn chải*
³ toothpaste [ˈtuːθpeɪst] *kem đánh răng*
⁴ floss my teeth [flɒs maɪ tiːθ] *xỉa răng*

⁵ dental floss [ˈdentl flɒs] *chỉ nha khoa*
⁶ gargle [ˈgɑːgl] *súc miệng*
⁷ mouthwash [ˈmaʊθwɒʃ] *nước súc miệng*
⁸ whiten my teeth [ˈwaɪtn maɪ tiːθ] *làm trắng răng*

   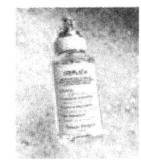

⁹ teeth whitener [tiːθ ˈwaɪtnər] *chất làm trắng răng*
¹⁰ bathe/take a bath [beɪð/ teɪk ə bɑːθ] *tắm*
¹¹ soap [səʊp] *xà phòng*
¹² bubble bath [ˈbʌbl bɑːθ] *xà phòng nước*

¹³ take a shower [teɪk ə ˈʃaʊə(r)] *tắm vòi sen*
¹⁴ shower cap [ˈʃaʊə(r) kæp] *mũ tắm*
¹⁵ wash my hair [wɒʃ maɪ heə(r)] *gội đầu*
¹⁶ shampoo [ʃæmˈpuː] *dầu gội đầu*

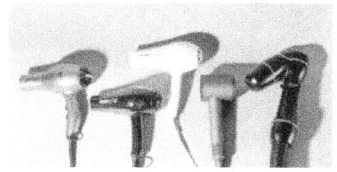

17 conditioner/rinse
[kənˈdɪʃənə(r)/rɪns]
dầu xả

18 dry my hair
[draɪ maɪ heə(r)]
sấy tóc

19 hair dryer/blow dryer
[heə(r) ˈdraɪə(r)/ bləʊ ˈdraɪə(r)]
máy sấy tóc

20 comb my hair
[kəʊm maɪ heə(r)]

21 brush my hair
[brʌʃ maɪ heə(r)]
chải tóc

22 comb
[kəʊm]
cái lược

23 (hair) brush
[ˈheəbrʌʃ]
bàn chải (tóc)

24 style my hair
[staɪl maɪ heə(r)]
tạo kiểu tóc

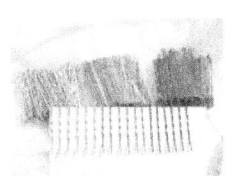

25 bobby pin
[ˈbɒbi pɪn]
kẹp tóc (tăm)

26 hot comb/curling iron
[hɒt kəʊm/ˈkɜːlɪŋ ˈaɪən]
kẹp uốn tóc

27 hairspray
[ˈheəspreɪ]
keo xịt tóc

28 hair gel
[heə(r) dʒel]
keo vuốt tóc

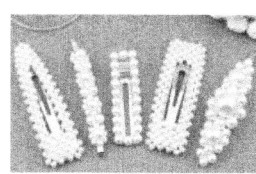

29 barrette
[bæˈret]
kẹp tóc (bản)

30 hairclip
[ˈheəklɪp]
kẹp tóc (xước)

31 shave
[ʃeɪv]
cạo râu

32 shaving cream
[ˈʃeɪvɪŋ kriːm]
kem cạo râu

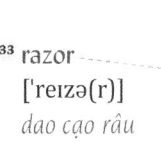
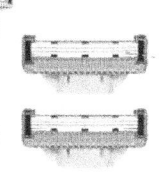

33 razor
[ˈreɪzə(r)]
dao cạo râu

34 razor blade
[ˈreɪzə(r) bleɪd]
lưỡi dao cạo râu

³⁵ electric shaver
[ɪˈlektrɪk ˈʃeɪvə(r)]
máy cạo râu

³⁶ styptic pencil
[ˈstɪptɪk ˈpensl]
thỏi làm se da

³⁷ aftershave (lotion)
[ˈɑːftəʃeɪv ˈləʊʃn]
(nước) bôi sau khi cạo râu

³⁸ do my nails
[du maɪ neɪl]
làm móng

³⁹ nail file [neɪl faɪl]
cái giũa móng tay

⁴⁰ emery board
[ˈeməri bɔːd]
thanh giũa móng

⁴¹ nail clipper
[neɪl ˈklɪpə(r)]
cái bấm móng tay

⁴² nail brush
[neɪl brʌʃ]
bàn chải móng

⁴³ scissors
[ˈsɪzəz]
kéo

⁴⁴ nail polish
[neɪl ˈpɒlɪʃ]
sơn móng tay

⁴⁵ nail polish remover
[neɪl ˈpɒlɪʃ rɪˈmuːvə(r)]
nước tẩy sơn

⁴⁶ put on …
[pʊt ɒn]
bôi …

⁴⁷ deodorant
[diˈəʊdərənt]
nước khử mùi

⁴⁸ hand lotion
[hænd ˈləʊʃn]
nước dưỡng da tay

⁴⁹ body lotion
[ˈbɒdi ˈləʊʃn]
sữa dưỡng thể

⁵⁰ powder
[ˈpaʊdə(r)]
phấn

⁵¹ cologne/perfume
[kəˈləʊn/ˈpɜːfjuːm]
nước hoa

⁵² sunscreen
[ˈsʌnskriːn]
kem chống nắng

  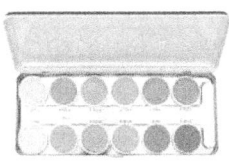 

⁵³ put on makeup
[pʊt ɒn 'meɪk ʌp]
trang điểm

⁵⁴ blush/rouge
[blʌʃ/ruːʒ]
phấn hồng

⁵⁵ foundation/base
[faʊn'deɪʃn/beɪs]
kem nền

⁵⁶ moisturizer
['mɔɪstʃəraɪzə(r)]
kem dưỡng ẩm

 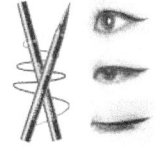 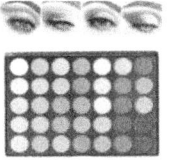 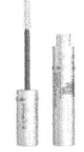

⁵⁷ face powder
['feɪs paʊdə(r)]
phấn trang điểm

⁵⁸ eyeliner
['aɪlaɪnə(r)]
bút kẻ viền mắt

⁵⁹ eye shadow
[aɪ 'ʃædəʊ]
phấn mắt

⁶⁰ mascara
[mæ'skɑːrə]
thuốc chải lông mi

⁶¹ eyebrow pencil
['aɪbraʊ pensl]
chì kẻ lông mày

⁶² lipstick
['lɪpstɪk]
son môi

⁶³ polish my shoes
['pɒlɪʃ maɪ ʃuː]
đánh giày

⁶⁴ shoe polish
[ʃuː 'pɒlɪʃ]
xi đánh giày

⁶⁵ shoelaces
['ʃuːleɪs]
dây giày

⁶⁶ brightener
['braɪtnər]
kem dưỡng sáng da

⁶⁷ makeup mirror
['meɪkʌp 'mɪrər]
gương trang điểm

⁶⁸ concealer
[kən'siːlə(r)]
kem che khuyết điểm

TOPIC 82: Baby Care – Chăm sóc em bé

1. feed [fiːd] — cho trẻ ăn
2. baby food ['beɪbi fuːd] — thức ăn em bé
3. bib [bɪb] — yếm dãi
4. bottle ['bɒtl] — bình sữa

   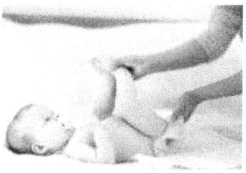

5. nipple ['nɪpl] — núm vú cao su
6. formula ['fɔːmjələ] — sữa bột
7. (liquid) vitamins ['lɪkwɪd 'vɪtəmɪnz] — (nước) vitamin
8. change the baby's diaper [tʃeɪndʒ ðə 'beɪbi 'daɪəpə(r)] — thay tã

 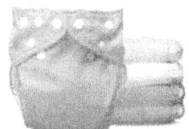  

9. disposable diaper [dɪ'spəʊzəbl 'daɪəpə(r)] — tã giấy
10. cloth diaper [klɒθ 'daɪəpə(r)] — tã vải
11. diaper pin ['daɪəpə(r) pɪn] — ghim tã
12. (baby) wipes ['beɪbi waɪps] — khăn giấy ướt

13. baby powder ['beɪbi 'paʊdə(r)] — phấn em bé
14. training pants ['treɪnɪŋ pænts] — quần em bé
15. ointment ['ɔɪntmənt] — thuốc mỡ; pom mát

¹⁶ bathe [beɪð] tắm

¹⁷ baby shampoo ['beɪbi ʃæm'puː] dầu gội đầu em bé

¹⁸ cotton swab ['kɒtn swɒb] que bông gòn

¹⁹ baby lotion ['beɪbi 'ləʊʃn] kem dưỡng da em bé

  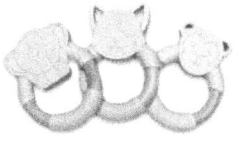 

²⁰ hold [həʊld] bế

²¹ pacifier ['pæsɪfaɪə(r)] núm vú giả

²² teething ring ['tiːðɪŋ rɪŋ] vòng nhựa mềm cho trẻ em ngậm

²³ nurse [nɜːs] cho trẻ bú

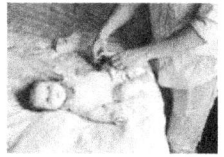  

²⁷ child-care worker ['tʃaɪldkeə(r) 'wɜːkə(r)] bảo mẫu

²⁴ dress [dres] mặc quần áo cho trẻ

²⁵ rock [rɒk] ru trẻ

²⁶ child-care center ['tʃaɪldkeə(r) 'sentə(r)] nhà trẻ

²⁸ rocking chair ['rɒkɪŋ tʃeə(r)] ghế bập bênh

²⁹ read to [riːd tu] đọc cho trẻ nghe

³⁰ cubby ['kʌbi] ngồi trong lòng

³¹ play with [pleɪ wɪð] chơi với

³² toys [tɔɪz] đồ chơi

TOPIC 83 — Types of Schools – *Các loại trường học*

¹ preschool/nursery school
['priːskuːl/'nɜːsəri skuːl]
trường mẫu giáo

² elementary school
[ˌelɪ'mentri skuːl]
trường tiểu học

³ middle school/junior high school
['mɪdl skuːl/ˌdʒuːniə 'haɪ skuːl]
trường trung học cơ sở

⁴ high school
['haɪ skuːl]
trường trung học phổ thông

⁵ adult school
['ædʌlt skuːl]
trường bồi dưỡng văn hóa hoặc nghiệp vụ

⁶ vocational school/trade school
[vəʊ'keɪʃənl skuːl/ 'treɪd skuːl]
trường dạy nghề

⁷ community college
[kə'mjuːnəti kɒlɪdʒ]
cao đẳng cộng đồng

⁸ college
['kɒlɪdʒ]
cao đẳng

⁹ university
[ˌjuːnɪ'vɜːsəti]
đại học

¹⁰ graduate school
['grædʒuət skuːl]
cao học

¹¹ law school
[lɔː skuːl]
trường luật

¹² medical school
['medɪkl skuːl]
trường y

TOPIC 84 — The School – *Trường học*

1 (main) office
[meɪn 'ɒfɪs]
văn phòng (chính)

2 principal's office
['prɪnsəpl 'ɒfɪs]
phòng hiệu trưởng

3 nurse's office
[nɜːs 'ɒfɪs]
phòng y tế

4 guidance office
['gaɪdns 'ɒfɪs]
phòng tư vấn

5 classroom
['klɑːsruːm]
phòng học

6 hallway
['hɔːlweɪ]
hành lang

7 locker
['lɒkə(r)]
tủ hành lang

8 science lab
['saɪəns læb]
phòng thí nghiệm

9 gym/gymnasium
[dʒɪm/dʒɪm 'neɪziəm]
phòng thể dục

10 locker room
['lɒkə(r) ruːm]
phòng thay đồ

11 track [træk]
đường chạy; vòng đua

12 bleachers
['bliːtʃəz]
khán đài

13 field
[fiːld]
sân

14 auditorium
[ˌɔːdɪ'tɔːriəm]
giảng đường

15 cafeteria
[ˌkæfə'tɪəriə]
căn tin

16 library
['laɪbrəri]
thư viện

  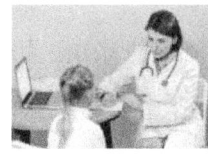 

17 clerk/(school) secretary [klɑːk/skuːl ˈsekrətri] *thư ký*

18 principal [ˈprɪnsəpl] *hiệu trưởng*

19 (school) nurse [skuːl nɜːs] *y tá*

20 (guidance) counselor [ˈɡaɪdns ˈkaʊnsələ(r)] *nhân viên tư vấn*

21 teacher [ˈtiːtʃə(r)] *giáo viên*

22 assistant principal / vice-principal [əˈsɪstənt ˈprɪnsəpl / vaɪs ˈprɪnsəpl] *hiệu phó*

23 security officer [sɪˈkjʊərəti ˈɒfɪsə(r)] *nhân viên bảo vệ*

24 science teacher [ˈsaɪəns ˈtiːtʃə(r)] *giáo viên môn khoa học tự nhiên*

25 P.E. teacher [ˌpiː ˈiː ˈtiːtʃə(r)] *giáo viên thể dục*

26 coach [kəʊtʃ] *huấn luyện viên*

27 custodian [kʌˈstəʊdiən] *người quét dọn*

28 cafeteria worker [ˌkæfəˈtɪəriə ˈwɜːkə(r)] *nhân viên căn tin*

29 lunchroom monitor [ˈlʌntʃruːm ˈmɒnɪtə(r)] *quản lý căn tin*

30 (school) librarian [skuːl laɪˈbreəriən] *thủ thư*

TOPIC 85 — School Subjects – *Các môn học*

¹ math/mathematics
[mæθ/ˌmæθəˈmætɪks]
toán

² English
[ˈɪŋglɪʃ]
tiếng Anh

³ history
[ˈhɪstri]
lịch sử

⁴ geography
[dʒɪˈɒgrəfi]
địa lý

⁵ government
[ˈgʌvənmənt]
chính phủ

⁶ science
[ˈsaɪəns]
khoa học

⁷ biology
[baɪˈɒlədʒi]
sinh học

⁸ chemistry
[ˈkemɪstri]
hóa học

⁹ physics
[ˈfɪzɪks]
vật lý

¹⁰ health [helθ]
sức khỏe học

¹¹ computer science
[kəmˌpjuːtə ˈsaɪəns]
tin học

¹² Spanish [ˈspænɪʃ]
tiếng Tây Ban Nha

¹³ French
[frentʃ]
tiếng Pháp

¹⁴ home economics
[ˌhəʊm ˌiːkəˈnɒmɪks]
nữ công gia chánh

¹⁵ industrial arts/shop
[ɪnˌdʌstriəl ˈɑːts/ʃɒp]
mỹ thuật công nghiệp

¹⁶ business education
[ˈbɪznəs ˌedʒuˈkeɪʃn]
giáo dục kinh doanh

¹⁷ physical education/P.E.
[ˌfɪzɪkl edʒuˈkeɪʃn/ˌpiː ˈiː]
thể dục

¹⁸ driver's education
[ˈdraɪvəz edʒuˈkeɪʃn]
¹⁹ driver's ed
[ˈdraɪvəz ed]
giáo dục lái xe

²⁰ art [ɑːt]
môn mỹ thuật

²¹ music [ˈmjuːzɪk]
môn âm nhạc

²² Literatune
[ˈlɪtrətʃər]
văn học

²³ German
[ˈdʒɜːmən]
tiếng Đức

²⁴ Information technology
[ˌɪnfəˌmeɪʃn tekˈnɒlədʒi]
Công nghệ thông tin

²⁵ Italian
[ɪˈtæliən]
tiếng Ý

TOPIC 86 — Extracurricular Activities – *Hoạt động ngoại khóa*

1. band [bænd] — *đội nhạc*
2. orchestra ['ɔːkɪstrə] — *dàn nhạc*
3. choir/chorus ['kwaɪə(r)/'kɔːrəs] — *đội đồng ca*
4. drama ['drɑːmə] — *kịch nghệ*

5. football ['fʊtbɔːl] — *bóng bầu dục*
6. cheerleading ['tʃɪəliːdɪŋ]
7. pep squad [pep skwɒd] — *đội cổ vũ*
8. student government ['stjuːdnt 'gʌvənmənt] — *hội học sinh*
9. community service [kə,mjuːnəti 'sɜːvɪs] — *lao động công ích*

10. school newspaper [skuːl 'njuːzpeɪpə(r)] — *báo trường*
11. yearbook ['jɪəbʊk] — *kỷ yếu*
12. literary magazine ['lɪtərəri ,mægə'ziːn] — *tạp chí văn học*
13. A.V. crew [,eɪ 'viː kruː] — *đội chuyên trách về âm thanh và ánh sáng*

14. debate club [dɪ'beɪt klʌb] — *câu lạc bộ tranh luận*
15. computer club [kəm'pjuːtə(r) klʌb] — *câu lạc bộ tin học*
16. international club [,ɪntə'næʃnəl klʌb] — *câu lạc bộ giao lưu văn hóa quốc tế*
17. chess club [tʃes klʌb] — *câu lạc bộ cờ vua*

TOPIC 87 — Mathematics – *Toán học*

A. Arithmetic [ə'rɪθmətɪk] – *Số học*

 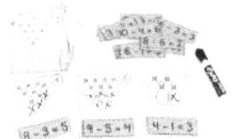  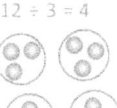

1. addition [ə'dɪʃn] *phép cộng*
2. subtraction [səb'trækʃn] *phép trừ*
3. multiplication [ˌmʌltɪplɪ'keɪʃn] *phép nhân*
4. division [dɪ'vɪʒn] *phép chia*

B. Fraction ['frækʃn] – *Phân số*

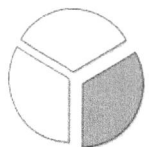 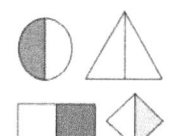 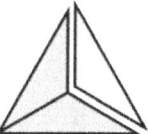 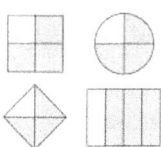

5. one third [ˌwʌn 'θɜːd] *một phần ba*
6. one half / half [ˌwʌn 'hɑːf / hɑːf] *một phần hai*
7. two third [ˌtuː 'θɜːd] *hai phần ba*
8. three quarters / three fourths [ˌθriː 'kwɔːtə(r) / ˌθriː 'fɔːθs] *ba phần tư*

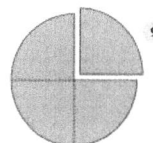

9. one quarter / one fourth [ˌwʌn 'kwɔːtə(r) / ˌwʌn 'fɔːθ] *một phần tư*

C. Percents [pə'sents] – *Phần trăm*

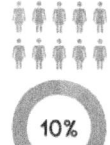 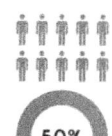 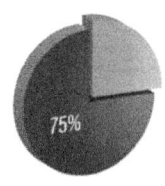 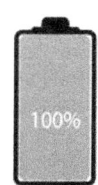

10. ten percent [ˌten pə'sent] *mười phần trăm (10%)*
11. fifty percent ['fɪfti pə'sent] *năm mươi phần trăm (50%)*
12. seventy-five percent ['sevnti-faɪv pə'sent] *bảy mươi lăm phần trăm (75%)*
13. one-hundred percent [ˌwʌn 'hʌndrəd pə'sent] *một trăm phần trăm (100%)*

D. Types of Math [taɪp əv mæθ] — *Các dạng toán*

14 algebra
['ældʒɪbrə]
đại số

15 geometry
[dʒi'ɒmətri]
hình học

16 trigonometry
[ˌtrɪgə'nɒmətri]
lượng giác

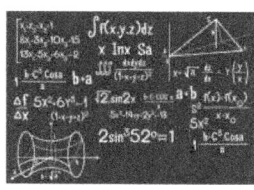
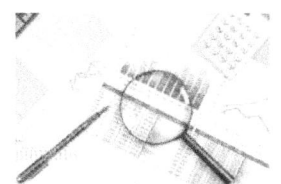

17 calculus ['kælkjələs]
toán vi phân / tích phân

18 statistics
[stə'tɪstɪk]
thống kê

E. Mathematics symbols [ˌmæθə'mætɪks 'sɪmblz] — *Các ký hiệu toán học*

+	plus [plʌs] ♦ *cộng*		~	is similar to [ɪz 'sɪmələr tu:] ♦ *tương tự*
−	minus ['maɪnəs] ♦ *trừ*		≅	is congruent to [ɪz 'kɒŋgruənt tu:] ♦ *đồng dạng* π (pi = 3,14159 ...)
×	multiplied by ['mʌltɪplaɪd baɪ] ♦ *nhân*			
÷	divided by [dɪ'vaɪdɪd baɪ] ♦ *chia*		∞	infinity [ɪn'fɪnəti] ♦ *vô cực*
±	plus or minus [plʌs ɔ:r 'maɪnəs] ♦ *cộng hoặc trừ*		≥	is greater than or equals [ɪz ˌgreɪtə ðæn ɔ:r 'i:kwəlz] ♦ *lớn hơn hoặc bằng*
>	is greater than [ɪz ˌgreɪtə ðæn] ♦ *lớn hơn*		≤	is less than or equals [ɪz les ðæn ɔ:r 'i:kwəlz] ♦ *nhỏ hơn hoặc bằng*
<	is less than [ɪz les ðæn] ♦ *nhỏ hơn*		⇔	is equivalent to [ɪz ɪ'kwɪvələnt tu:] ♦ *tương đương*
=	is equal to [ɪz 'i:kwəl tu:] ♦ *bằng*			
≠	is not equal to [ɪz nɒt 'i:kwəl tu:] ♦ *không bằng*		⇒	implies [ɪm'plaɪs] ♦ *suy ra*
			Δ	delta ['deltə] ♦ *đen-ta*
			∀	for all [fər ɔ:l] ♦ *với mọi*

TOPIC 88

Measurements and Geometric Shapes
Phép đo và các dạng hình học

A. Measurements ['meʒəmənts] – Phép đo

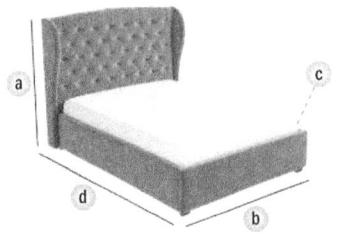

- a) ¹ height [haɪt] ♦ chiều cao
- b) ² width [wɪdθ] ♦ chiều rộng
- c) ³ depth [depθ] ♦ chiều sâu; độ dày
- d) ⁴ length [leŋθ] ♦ chiều dài

⁵ inch [ɪntʃ]
inch (≈ 2,54 cm)

⁶ foot-feet
[fʊt fiːt]
phút - phít

⁷ yard [jɑːd]
(≈ 30,48 cm) lat;
thước Anh (≈ 0,9144 m)

⁸ centimeter
['sentɪmiːtə(r)]
xăng ti mét

⁹ meter
['miːtə(r)]
mét

¹⁰ distance
['dɪstəns]
khoảng cách

¹¹ mile [maɪl]
dặm (≈ 1,6 km)

¹² kilometer
['kɪləmiːtə(r)]
kilômét

B. Lines [laɪnz] – Đường

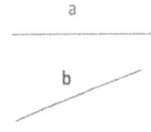 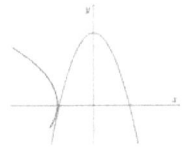 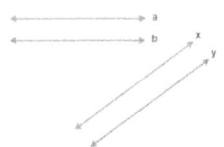 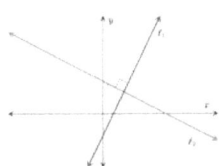

¹³ straight line
[streɪt laɪn]
đường thẳng

¹⁴ curved line
[kɜːvd laɪn]
đường cong

¹⁵ parallel lines
['pærəlel laɪnz]
đường song song

¹⁶ perpendicular lines
[ˌpɜːpən 'dɪkjələ(r) laɪnz]
đường vuông góc

C. Geometric Shapes [ˌdʒiːəˈmetrɪk ʃeɪps] – *Các dạng hình học*

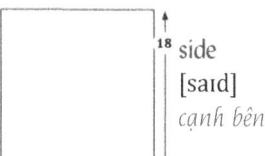
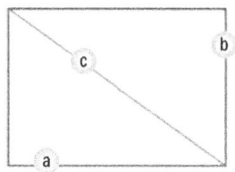

18 side [saɪd] *cạnh bên*

ⓐ **20** length [leŋθ]
 ♦ *chiều dài*
ⓑ **21** width [wɪdθ]
 ♦ *chiều rộng*
ⓒ **22** diagonal [daɪˈægənl]
 ♦ *đường chéo*

17 square [skweə(r)] *hình vuông*

19 rectangle [ˈrektæŋgl] *hình chữ nhật*

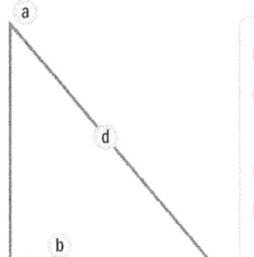
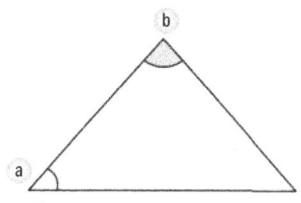

ⓐ **24** apex [ˈeɪpeks] ♦ *đỉnh*
ⓑ **25** right angle [ˈraɪt æŋgl]
 ♦ *góc vuông*
ⓒ **26** base [beɪs] ♦ *cạnh đáy*
ⓓ **27** hypotenuse [haɪˈpɒtənjuːz]
 ♦ *cạnh huyền*

28 isosceles triangle [aɪˌsɒsəliːz ˈtraɪæŋgl] *tam giác cân*

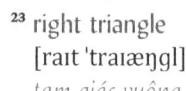

23 right triangle [raɪt ˈtraɪæŋgl] *tam giác vuông*

ⓐ **29** acute angle [əˌkjuːt ˈæŋgl] ♦ *góc nhọn*
ⓑ **30** obtuse angle [əbˌtjuːs ˈæŋgl] ♦ *góc tù*

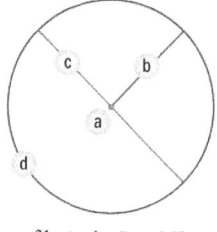

ⓐ **32** center [ˈsentə(r)] ♦ *tâm*
ⓑ **33** radius [ˈreɪdiəs] ♦ *bán kính*
ⓒ **34** diameter [daɪˈæmɪtə(r)]
 ♦ *đường kính*
ⓓ **35** circumference [səˈkʌm fərəns]
 ♦ *chu vi*

31 circle [ˈsɜːkl] *hình tròn*

36 ellipse/oval [ɪˈlɪps/ˈəʊvl] *hình elíp*

D. Solid Figures [ˈsɒlɪd ˈfɪgə(r)] – *Các hình khối rắn*

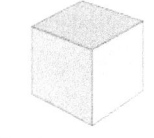

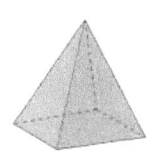

37 cube [kjuːb] *hình lập phương*

38 cylinder [ˈsɪlɪndə(r)] *hình trụ*

39 sphere [sfɪə(r)] *hình cầu*

40 cone [kəʊn] *hình nón*

41 pyramid [ˈpɪrəmɪd] *hình chóp*

TOPIC 89

English Language Arts and Composition
Văn chương và cách hành văn tiếng Anh

A. Types of Sentences & Parts of Speech – *Các loại câu và từ loại*

Students study in the new library.
① ② ③ ④ ⑤

① ² noun [naʊn] ♦ *danh từ*
② ³ verb [vɜːb] ♦ *động từ*
③ ⁴ preposition [ˌprepəˈzɪʃn] ♦ *giới từ*
④ ⁵ article [ˈɑːtɪkl] ♦ *mạo từ*
⑤ ⁶ adjective [ˈædʒɪktɪv] ♦ *tính từ*

¹ declarative
[dɪˈklærətɪv]
câu trần thuật

Do they study hard?
⑥ ⑦

⑥ ⁸ pronoun [ˈprəʊnaʊn] ♦ *đại từ*
⑦ ⁹ adverb [ˈædvɜːb] ♦ *trạng từ*

⁷ interrogative
[ˌɪntəˈrɒgətɪv]
câu nghi vấn

Open the package first.   *You're so romantic!*

¹⁰ imperative   ¹¹ exclamatory
[ɪmˈperətɪv]   [ɪkˈsklæmətri]
câu mệnh lệnh   *câu cảm thán*

B. Punctuation Marks & the Writing Process – *Dấu câu và quy trình viết*

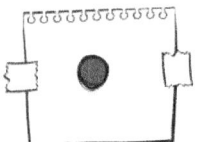  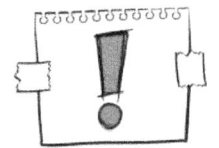 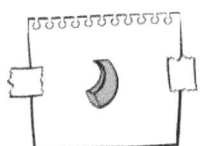

¹² period   ¹³ question mark   ¹⁴ exclamation point   ¹⁵ comma
[ˈpɪəriəd]   [ˈkwestʃən mɑːk]   [ˌeksklə'meɪʃn pɔɪnt]   [ˈkɒmə]
dấu chấm   *dấu chấm hỏi*   *dấu chấm than*   *dấu phẩy*

  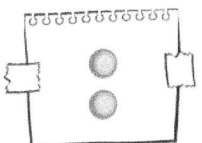 

16 apostrophe [əˈpɒstrəfi] *dấu móc lửng*

17 quotation marks [kwəʊˈteɪʃn mɑːks] *dấu ngoặc kép*

18 colon [ˈkəʊlən] *dấu hai chấm*

19 semi-colon [ˈsemi ˈkəʊlən] *dấu chấm phẩy*

20 brainstorm ideas [ˈbreɪnstɔːm aɪˈdɪə] *tìm ý*

21 organize my ideas [ˈɔːɡənaɪz maɪ aɪˈdɪə] *sắp xếp ý*

22 write a first draft [raɪt ə fɜːst drɑːft] *viết nháp*

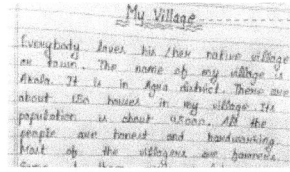 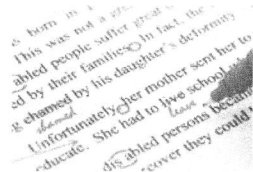

24 title [ˈtaɪtl] *tựa đề*

23 paragraph [ˈpærəɡrɑːf] *đoạn văn*

25 make corrections/revise/edit [meɪk kəˈrekʃn/rɪˈvaɪz/ˈedɪt] *chỉnh sửa*

26 get feedback [ɡet ˈfiːdbæk] *tiếp nhận ý kiến*

27 write a final copy/rewrite [raɪt ə ˈfaɪnl ˈkɒpi/ ˈriːraɪt] *viết lại*

TOPIC 90: Literature and Writing – *Văn chương và các thể loại văn viết*

1. fiction ['fɪkʃn] — tiểu thuyết hư cấu
2. novel ['nɒvl] — tiểu thuyết
3. short story [ʃɔːt 'stɔːri] — truyện ngắn
4. poetry/poems ['pəʊətri/'pəʊɪm] — tập thơ

5. non-fiction [ˌnɒn 'fɪkʃn] — sách viết về người thật, việc thật
6. biography [baɪ'ɒgrəfi] — tiểu sử
7. autobiography [ˌɔːtəbaɪ'ɒgrəfi] — tự truyện
8. essay ['eseɪ] — bài tiểu luận
9. report [rɪ'pɔːt] — phóng sự

10. magazine article [ˌmægə'ziːn 'ɑːtɪkl] — bài đăng trên tạp chí
11. newspaper article ['njuːzpeɪpə(r) 'ɑːtɪkl] — bài báo
12. editorial [ˌedɪ'tɔːriəl] — xã luận
13. letter ['letə(r)] — thư

14. postcard ['pəʊstkɑːd] — bưu thiếp
15. note [nəʊt] — thư nhắn
16. invitation [ˌɪnvɪ'teɪʃn] — thiệp mời
17. thank-you note ['θæŋk juː nəʊt] — thư cám ơn
18. memo ['meməʊ] — thư báo

19. e-mail ['iːmeɪl] — thư điện tử
20. instant message [ˌɪnstənt 'mesɪdʒ] — tin nhắn qua Internet

TOPIC 91 — Geography – Địa lý

¹ forest/woods ['fɒrɪst/wʊdz] — rừng
² hill [hɪl] — đồi
³ mountain range ['maʊntən reɪndʒ] — dãy núi
⁴ mountain peak ['maʊntən piːk] — đỉnh núi

⁵ valley ['væli] — thung lũng
⁶ lake [leɪk] — hồ
⁷ plains [pleɪnz] — đồng bằng
⁸ meadow ['medəʊ] — đồng cỏ

⁹ stream/brook [striːm/brʊk] — suối
¹⁰ pond [pɒnd] — ao
¹¹ plateau ['plætəʊ] — cao nguyên
¹² canyon ['kænjən] — hẻm núi

¹³ dune/sand dune [djuːn/sænd djuːn] — đụn cát
¹⁴ desert ['dezət] — sa mạc
¹⁵ jungle ['dʒʌŋgl] — rừng rậm nhiệt đới
¹⁶ seashore/shore ['siːʃɔː(r)/ʃɔː(r)] — bãi biển

¹⁷ bay
[beɪ]
vịnh

¹⁸ ocean
[ˈəʊʃn]
đại dương

¹⁹ island
[ˈaɪlənd]
đảo

²⁰ peninsula
[pəˈnɪnsjələ]
bán đảo

²¹ rainforest
[ˈreɪnfɒrɪst]
rừng mưa nhiệt đới

²² river
[ˈrɪvə(r)]
sông

²³ waterfall
[ˈwɔːtəfɔːl]
thác

²⁴ tundra
[ˈtʌndrə]
lãnh nguyên

  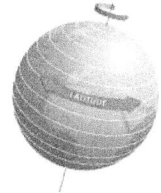 

²⁵ delta [ˈdeltə]
đồng bằng hạ lưu sông

²⁶ longitude
[ˈlɒŋɡɪtjuːd]
kinh độ

²⁷ latitude
[ˈlætɪtjuːd]
vĩ độ

²⁸ glacier
[ˈɡlæsiər]
sông băng

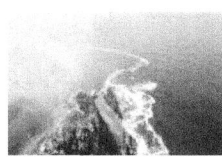  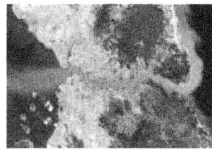 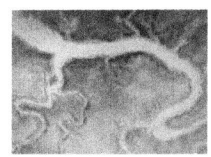

²⁹ cape
[keɪp]
mũi đất

³⁰ coastline
[ˈkəʊstlaɪn]
bờ biển

³¹ strait
[streɪt]
eo biển

³² tributary
[ˈtrɪbjətri]
nhánh sông

TOPIC 92 — Science – *Khoa học*

A. Science Equipment ['saɪəns ɪ'kwɪpmənt] – *Dụng cụ nghiên cứu khoa học*

   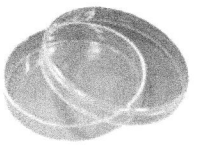

1. microscope ['maɪkrəskəʊp] — *kính hiển vi*
2. computer [kəm'pju:tə(r)] — *máy vi tính*
3. slide [slaɪd] — *tấm kính đặt mẫu vật*
4. Petri dish ['petri dɪʃ] — *đĩa thủy tinh dùng để cấy vi khuẩn hoặc tế bào*

   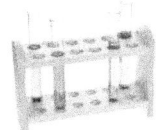 

5. flask [flɑ:sk] — *bình thót cổ (dùng trong phòng thí nghiệm)*
6. funnel ['fʌnl] — *phễu*
7. beaker ['bi:kə(r)] — *cốc thí nghiệm*
8. test tube [test tju:b] — *ống nghiệm*
9. forceps ['fɔ:seps] — *kẹp foóc-xép*

10. magnet ['mæɡnət] — *nam châm*
11. crucible tongs ['kru:sɪbl tɒŋz] — *kẹp gắp*
12. Bunsen burner [,bʌnsn 'bɜ:nə(r)] — *đèn Busen*
13. graduated cylinder ['ɡrædʒueɪtɪd 'sɪlɪndə(r)] — *ống xilanh có chia độ*

   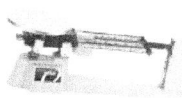

14. prism ['prɪzəm] — *lăng kính*
15. dropper ['drɒpə(r)] — *ống nhỏ giọt*
16. chemicals ['kemɪklz] — *hóa chất*
17. balance ['bæləns] — *cân đĩa*
18. scale [skeɪl] — *cân tiểu li*

¹⁹ alcohol burner
['ælkəhɒl 'bɜːnər]
đèn cồn

²⁰ thermometer
[θə'mɒmɪtər]
nhiệt kế

²¹ barometer
[bə'rɒmɪtər]
phong vũ biểu

²² stopwatch
['stɒpwɒtʃ]
đồng hồ bấm giờ

²³ protractor
[prə'træktər]
thước đo góc

²⁴ magnet
['mægnət]
nam châm

B. The Scientific Method [ðə ˌsaɪən'tɪfɪk 'meθəd] − *Phương pháp nghiên cứu khoa học*

²⁵ state the problem
[steɪt ðə 'prɒbləm]
nêu vấn đề

²⁶ form a hypothesis
[fɔːm ə haɪ'pɒθəsɪs]
đặt giả thuyết

²⁷ plan a procedure
[plæn ə prə'siːdʒə(r)]
vạch kế hoạch thực hiện

²⁸ do a procedure
[du ə prə'siːdʒə(r)]
thực hiện kế hoạch

²⁹ make/record observations
[meɪk/ 'rekɔːd ˌɒbzə'veɪʃnz]
ghi chép các quan sát

³⁰ draw conclusions
[drɔː kən'kluːʒnz]
rút ra kết luận

TOPIC 93 — The Universe – *Vũ trụ*

A. The Universe [ðə 'juːnɪvɜːs] – *Vũ trụ*

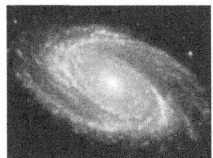

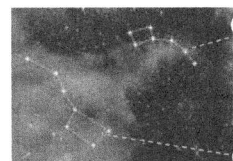

⁴ The Little Dipper
[ðə 'lɪtl 'dɪpə(r)]
Tiểu hùng tinh

⁵ The Big Dipper
[ðə bɪg 'dɪpə(r)]
Đại hùng tinh

¹ galaxy
['gæləksi]
thiên hà

² star
[stɑː(r)]
ngôi sao

³ constellation
[ˌkɒnstə'leɪʃn]
chòm sao

B. The Solar System [ðə 'səʊlə sɪstəm] – *Hệ Mặt Trời*

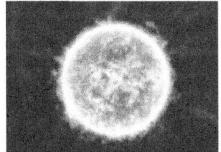

⁶ sun [sʌn]
mặt trời

⁷ moon
[muːn]
mặt trăng

⁸ planet
['plænɪt]
hành tinh

⁹ solar eclipse
['səʊlə(r) ɪ'klɪps]
nhật thực

¹⁰ lunar eclipse
['luːnə(r) ɪ'klɪps]
nguyệt thực

¹¹ meteor
['miːtiə(r)]
sao băng

¹² comet
['kɒmɪt]
sao chổi

¹³ asteroid
['æstərɔɪd]
tiểu hành tinh

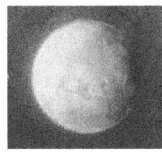

¹⁴ Mercury
['mɜːkjəri]
sao Thủy

¹⁵ Venus
['viːnəs]
sao Kim

¹⁶ Earth
[ɜːθ]
Trái Đất

¹⁷ Mars
[mɑːz]
sao Hỏa

¹⁸ Jupiter
['dʒuːpɪtə(r)]
sao Mộc

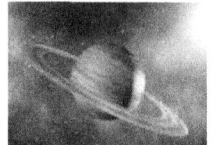   

¹⁹ Saturn ['sætɜːn] *sao Thổ*
²⁰ Uranus ['jʊərənəs] *sao Thiên vương*
²¹ Neptune ['neptjuːn] *sao Hải vương*
²² Pluto ['pluːtəʊ] *sao Diêm vương*

²³ new moon [njuː muːn] *trăng non*
²⁴ crescent moon ['kresnt muːn] *trăng lưỡi liềm*
²⁵ quarter moon ['kwɔːtə(r) muːn] *trăng thượng/hạ tuần*
²⁶ full moon [fʊl muːn] *trăng tròn*

C. Astronomy [ə'strɒnəmi] – *Thiên văn học*

²⁷ observatory [əb'zɜːvətri] *đài thiên văn*
²⁸ telescope ['telɪskəʊp] *kính viễn vọng*
²⁹ astronomer [ə'strɒnəmə(r)] *nhà thiên văn học*

D. Space Exploration [speɪs ˌeksplə'reɪʃn] – *Thám hiểm không gian*

³⁰ satellite ['sætəlaɪt] *vệ tinh*
³¹ space station ['speɪs steɪʃn] *trạm không gian*
³² astronaut ['æstrənɔːt] *phi hành gia*
³³ U.F.O Unidentified Flying Object [ˌʌnaɪ'dentɪfaɪd 'flaɪɪŋ 'ɒbdʒɪkt]
³⁴ flying saucer ['flaɪɪŋ 'sɔːsə(r)] *vật thể bay không xác định/ đĩa bay*

TOPIC 94 — Occupations – *Nghề nghiệp*

1. accountant [ə'kaʊntənt] — *kế toán viên*
2. actor ['æktə(r)] — *nam diễn viên*
3. actress ['æktrəs] — *nữ diễn viên*
4. architect ['ɑːkɪtekt] — *kiến trúc sư*

5. artist ['ɑːtɪst] — *họa sĩ*
6. assembler [ə'semblə(r)] — *công nhân lắp ráp*
7. babysitter ['beɪbɪsɪtə(r)] — *người giữ trẻ hộ*
8. baker ['beɪkə(r)] — *thợ làm bánh*

9. barber ['bɑːbə(r)] — *thợ hớt tóc*
10. bricklayer/mason ['brɪkleɪə(r)/'meɪsn] — *thợ hồ*
11. businessman ['bɪznəsmæn] — *nam doanh nhân*
12. businesswoman ['bɪznəswʊmən] — *nữ doanh nhân*

13. butcher ['bʊtʃə(r)] — *người bán thịt*
14. carpenter ['kɑːpəntə(r)] — *thợ mộc*
15. cashier [kæ'ʃɪə(r)] — *nhân viên thu ngân*
16. chef/cook [ʃef/kʊk] — *đầu bếp*

¹⁷ child day-care worker
[tʃaɪld 'deɪ keə(r) 'wɜːkə(r)]
giáo viên nuôi dạy trẻ

¹⁸ computer software engineer
[kəm'pjuːtə(r) 'sɒftweər endʒɪnɪə(r)]
kỹ sư phần mềm máy tính

¹⁹ construction worker
[kən'strʌkʃn 'wɜːkə(r)]
công nhân xây dựng

²⁰ custodian
[kʌ'stəʊdiən]
²¹ janitor
['dʒænɪtə(r)]
người quét dọn

²² customer service representative
['kʌstəmə(r) 'sɜːvɪs ˌreprɪ'zentətɪv]
người đại diện dịch vụ hỗ trợ khách hàng

²³ data entry clerk
['deɪtə 'entri klɑːk]
nhân viên nhập liệu

²⁴ delivery person
[dɪ'lɪvəri 'pɜːsn]
nhân viên giao hàng

²⁵ dockworker
[dɒk'wɜːkə(r)]
công nhân bốc xếp

²⁶ engineer
[ˌendʒɪ'nɪə(r)]
kỹ sư

²⁷ factory worker
['fæktri 'wɜːkə(r)]
công nhân nhà máy

²⁸ farmer
['fɑːmə(r)]
nông dân

²⁹ firefighter
['faɪəfaɪtə(r)]
lính cứu hỏa

³⁰ fisher
['fɪʃə(r)]
ngư dân

³¹ food-service worker
[fu:d 'sɜ:vɪs 'wɜ:kə(r)]
nhân viên phục vụ thức ăn

³² foreman ['fɔ:mən]
quản đốc/đốc công

³³ gardener/landscaper
['gɑ:dnə(r)/'lændskeɪpə(r)]
người làm vườn

³⁴ garment worker
['gɑ:mənt 'wɜ:kə(r)]
công nhân may

³⁵ hairdresser
['heədresə(r)]
thợ uốn tóc

³⁶ health-care aide
['helθ keə(r) eɪd]
³⁷ attendant
[ə'tendənt]
hộ lý

³⁸ home health aide
[həʊm helθ eɪd]
³⁹ home attendant
[həʊm ə'tendənt]
hộ lý tại gia

⁴⁰ homemaker
['həʊmmeɪkə(r)]
người giúp việc nhà

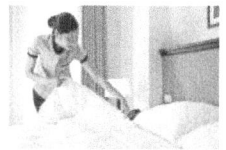   

⁴¹ housekeeper
['haʊski:pə(r)]
nhân viên dọn phòng (khách sạn)

⁴² journalist
['dʒɜ:nəlɪst]
⁴³ reporter
[rɪ'pɔ:tə(r)]
phóng viên

⁴⁴ lawyer
['lɔ:jə(r)]
luật sư

⁴⁵ machine operator
[mə'ʃi:n 'ɒpəreɪtə(r)]
người vận hành máy móc

⁴⁶ mail carrier
['meɪl kæriə(r)]
⁴⁷ letter carrier
['letə kæriə(r)]
nhân viên đưa thư

⁴⁸ manager
['mænɪdʒə(r)]
quản lý

⁴⁹ manicurist
['mænɪkjʊərɪst]
thợ làm móng

⁵⁰ mechanic
[mə'kænɪk]
thợ máy

⁵¹ medical assistant
['medɪkl ə'sɪstənt]
⁵² physician assistant
[fɪ'zɪʃn ə'sɪstənt]
phụ tá bác sĩ

⁵³ messenger/courier
['mesɪndʒə(r)/'kʊriə(r)]
nhân viên chuyển phát
văn kiện hoặc bưu phẩm

⁵⁴ mover
['mu:və(r)]
nhân viên
dọn nhà

⁵⁵ musician
[mju'zɪʃn]
nhạc công

⁵⁶ painter
['peɪntə(r)]
thợ sơn

⁵⁷ pharmacist
['fɑ:məsɪst]
dược sĩ

⁵⁸ photographer
[fə'tɒgrəfə(r)]
thợ chụp ảnh

⁵⁹ pilot
['paɪlət]
phi công

⁶⁰ police officer
[pə'li:s ɒfɪsə(r)]
cảnh sát

⁶¹ postal worker
['pəʊstl 'wɜ:kə(r)]
nhân viên bưu điện

⁶² receptionist
[rɪ'sepʃənɪst]
nhân viên tiếp tân

⁶³ repairperson
[rɪ'peə(r) 'pɜ:sn]
thợ sửa chữa

⁶⁴ salesperson
['seɪlzpɜ:sn]
người bán hàng

⁶⁵ sanitation worker
[ˌsænɪ'teɪʃn 'wɜ:kə(r)]
⁶⁶ trash collector
[træʃ kə'lektə(r)]
nhân viên vệ sinh

⁶⁷ secretary
['sekrətri]
thư ký

⁶⁸ security guard
[sɪ'kjʊərəti gɑːd]
nhân viên bảo vệ

⁶⁹ serviceman
['sɜːvɪsmən]
nam quân nhân

⁷⁰ servicewoman
['sɜːvɪswʊmən]
nữ quân nhân

⁷¹ stock clerk
[stɒk klɑːk]
thủ kho

⁷² store owner
[stɔː(r) 'əʊnə(r)]
⁷³ shopkeeper
['ʃɒpkiːpə(r)]
chủ cửa hiệu

⁷⁴ supervisor
['suːpəvaɪzə(r)]
người giám sát

⁷⁵ tailor
['teɪlə(r)]
thợ may

⁷⁶ teacher
['tiːtʃə(r)]
⁷⁷ instructor
[ɪn'strʌktə(r)]
giáo viên

⁷⁸ telemarketer
['telimɑːkɪtə(r)]
nhân viên tiếp thị qua điện thoại

⁷⁹ translator
[træns'leɪtə(r)]
⁸⁰ interpreter
[ɪn'tɜːprɪtə(r)]
thông dịch viên

⁸¹ travel agent
['trævl eɪdʒənt]
nhân viên du lịch

 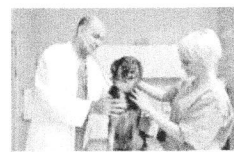  

⁸² truck driver
[ˌtrʌk 'draɪvə(r)]
người lái xe tải

⁸³ veterinarian/vet
[ˌvetərɪ'neərɪən/vet]
bác sĩ thú y

⁸⁴ waiter/server
['weɪtə(r)/'sɜːvə(r)]
nam phục vụ bàn

⁸⁵ welder
['weldə(r)]
thợ hàn

⁸⁶ waitress/server
['weɪtrəs/'sɜːvə(r)]
nữ phục vụ bàn

TOPIC 95 — Job Skills and Activities
Các kỹ năng và hoạt động trong công việc

¹ act
[ækt]
diễn xuất

² assemble components
[əˈsembl kəmˈpəʊnənts]
lắp ráp các linh kiện

³ assist patients
[əˈsɪst ˈpeɪʃnts]
giúp đỡ bệnh nhân

⁴ bake
[beɪk]
làm bánh

⁵ build things
[bɪld θɪŋz]

⁶ construct things
[kənˈstrʌkt θɪŋz]
đóng đồ đạc

⁷ clean
[kliːn]
quét dọn

⁸ cook [kʊk]
nấu nướng

⁹ deliver pizzas
[dɪˈlɪvə(r) ˈpiːtsə]
giao bánh pizza

¹⁰ design buildings
[dɪˈzaɪn ˈbɪldɪŋz]
thiết kế nhà cửa

¹¹ draw
[drɔː]
vẽ

¹² drive a truck
[draɪv ə trʌk]
lái xe tải

¹³ file [faɪl]
sắp xếp hồ sơ

¹⁴ fly an airplane
[flaɪ ən ˈeəpleɪn]
lái máy bay

¹⁵ grow vegetables
[grəʊ ˈvedʒtəblz]
trồng rau

¹⁶ guard buildings
[gɑːd ˈbɪldɪŋz]
bảo vệ tòa nhà

¹⁷ manage a restaurant
[ˈmænɪdʒ ə ˈrestrɒnt]
quản lý nhà hàng

18 mow lawns
[məʊ lɔːnz]
cắt cỏ

19 operate equipment
[ˈɒpəreɪt ɪˈkwɪpmənt]
vận hành thiết bị

20 paint
[peɪnt]
sơn

21 play the piano
[pleɪ ðə piˈænəʊ]
chơi piano

22 prepare food
[prɪˈpeə(r) fuːd]
nấu thức ăn

23 repair things/fix things
[rɪˈpeə(r) θɪŋz/fɪks θɪŋz]
sửa chữa đồ đạc

24 sell cars
[sel kɑː(r)z]
bán xe

25 serve food
[sɜːv fuːd]
phục vụ thức ăn

26 sew
[səʊ]
may

27 sing
[sɪŋ]
hát

28 speak Spanish
[spiːk ˈspænɪʃ]
nói tiếng Tây Ban Nha

29 supervise people
[ˈsuːpəvaɪz ˈpiːpl]
giám sát mọi người

30 take care of elderly people
[teɪk keə(r) əv ˈeldəli ˈpiːpl]
chăm sóc người già

31 take inventory
[teɪk ˈɪnvəntri]
kiểm kê

32 teach
[tiːtʃ]
giảng dạy

33 translate
[trænsˈleɪt]
thông dịch

34 type
[taɪp]
đánh máy

35 use a cash register
[juːz ə kæʃ ˈredʒɪstə(r)]
sử dụng máy tính tiền

36 wash dishes
[wɒʃ dɪʃɪz]
rửa bát đĩa

37 write
[raɪt]
viết

TOPIC 96: Job Search – *Tìm việc*

A. Types of Job Ads [taɪps əv dʒɒb ædz] – *Các loại quảng cáo tuyển dụng*

¹ help wanted sign
[help 'wɒntɪd saɪn]
biển quảng cáo tuyển dụng

² job notice
[dʒɒb 'nəʊtɪs]

³ job announcement
[dʒɒb ə'naʊnsmənt]
thông báo tuyển dụng

⁴ classified ad
['klæsɪfaɪd æd]

⁵ want ad
[wɒnt æd]
mục rao vặt trên báo

B. Job Ad Abbreviations [dʒɒb æd ə,briː'vieɪʃnz] – *Những chữ viết tắt trong quảng cáo tuyển dụng*

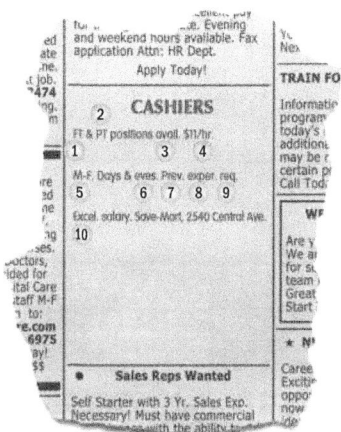

① ⁶ full-time [,fʊl 'taɪm] ♦ *công việc toàn thời gian*
② ⁷ part-time [,pɑːt 'taɪm] ♦ *công việc bán thời gian*
③ ⁸ available [ə'veɪləbl] ♦ *vị trí đang cần người*
④ ⁹ hour ['aʊə(r)] ♦ *giờ làm*
⑤ ¹⁰ Monday through Friday ['mʌndeɪ θruː 'fraɪdeɪ]
  ♦ *từ thứ Hai đến thứ Sáu*
⑥ ¹¹ evenings ['iːvnɪŋz] ♦ *các buổi tối*
⑦ ¹² previous ['priːviəs] ♦ *ưu tiên*
⑧ ¹³ experience [ɪk'spɪəriəns] ♦ *kinh nghiệm*
⑨ ¹⁴ required [rɪ'kwaɪə(r)] ♦ *đòi hỏi*
⑩ ¹⁵ excellent ['eksələnt] ♦ *tốt*

C. Job Search [dʒɒb sɜːtʃ] – *Tìm việc*

¹⁶ respond to an ad
[rɪ'spɒnd tu ən æd]
Trả lời một mẩu quảng cáo

¹⁷ request information
[rɪ'kwest ,ɪnfə'meɪʃn]
hỏi để biết thêm thông tin

¹⁸ request an interview
[rɪˈkwest ən ˈɪntəvjuː]
đề nghị được phỏng vấn

¹⁹ prepare a resume
[prɪˈpeə(r) ə rɪˈzjuːm]
chuẩn bị sơ yếu lý lịch

²⁰ dress appropriately
[dres əˈprəʊpriətli]
ăn mặc thích hợp

²¹ fill out an application (form)
[fɪl aʊt ən ˌæplɪˈkeɪʃn fɔːm]
điền đơn xin việc

²² go to an interview
[gəʊ tə ən ˈɪntəvjuː]
đến dự phỏng vấn

²³ talk about your skills and qualifications
[tɔːk əˈbaʊt jɔː(r) skɪlz ənd ˌkwɒlɪfɪˈkeɪʃnz]
nói về kỹ năng và trình độ chuyên môn

²⁴ talk about your experience
[tɔːk əˈbaʊt jɔː(r) ɪkˈspɪəriəns]
nói về kinh nghiệm

²⁵ ask about the salary
[ɑːsk əˈbaʊt ðə ˈsæləri]
hỏi về tiền lương

²⁶ ask about the benefits
[ɑːsk əˈbaʊt ðə ˈbenɪfɪts]
hỏi về các phúc lợi

²⁷ write a thank-you note
[raɪt ə ˈθæŋk juː nəʊt]
viết thư cám ơn

²⁸ get hired
[get ˌhaɪəd]
được thuê

TOPIC 97 — The Workplace – *Nơi làm việc*

¹ reception area
[rɪˈsepʃn ˈeərɪə]
khu vực tiếp tân

² coat rack
[kəʊt ræk]
giá treo áo khoác

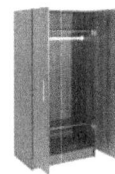

³ coat closet
[kəʊt ˈklɒzɪt]
tủ treo áo khoác

⁴ receptionist
[rɪˈsepʃənɪst]
nhân viên tiếp tân

⁵ take a message
[teɪk ə ˈmesɪdʒ]
ghi lại lời nhắn

⁶ conference room
[ˈkɒnfərəns ruːm]
phòng hội nghị

⁷ conference table
[ˈkɒnfərəns ˈteɪbl]
bàn hội nghị

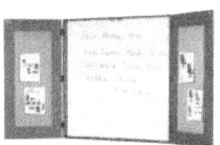

⁸ presentation board
[ˌpreznˈteɪʃn bɔːd]
bảng trình bày

⁹ give a presentation
[gɪv ə ˌpreznˈteɪʃn]
thuyết trình

10 mailroom [meɪlruːm]
phòng văn thư

11 postal scale ['pəʊstl skeɪl]
cân bưu phẩm

12 postage meter ['pəʊstɪdʒ miːtə(r)]
máy đóng dấu bưu phí

13 office assistant ['ɒfɪs ə'sɪstənt]
nhân viên văn phòng

14 mailbox ['meɪlbɒks]
hòm thư

15 sort the mail [sɔːt ðə meɪl]
phân loại thư

16 work area [wɜːk 'eəriə]
khu làm việc

17 cubicle ['kjuːbɪkl]
ô ngăn

18 swivel chair ['swɪvl tʃeə(r)]
ghế xoay

19 typewriter ['taɪpraɪtə(r)]
máy đánh chữ

20 adding machine [ædɪŋ mə'ʃiːn]
máy nhập hóa đơn

21 paper shredder ['peɪpə(r) 'ʃredə(r)]
máy cắt giấy

22 paper cutter ['peɪpə(r) 'kʌtə(r)]
dao cắt giấy

23 copier ['kɒpiə(r)]

24 photocopier ['fəʊtəʊkɒpiə(r)]
máy photocopy

25 file clerk [faɪl klɑːk]
nhân viên quản lý hồ sơ

²⁶ file cabinet
[faɪl 'kæbɪnət]
tủ hồ sơ

²⁷ secretary
['sekrətri]
thư ký

²⁸ computer workstation
[kəm'pju:tə(r) 'wɜ:ksteɪʃn]
máy tính trạm

 ²⁹ make copies
[meɪk 'kɒpi]
sao chụp (tài liệu, giấy tờ, v.v.)

 ³⁰ file
[faɪl]
sắp xếp hồ sơ

³¹ office ['ɒfɪs]
văn phòng

³² employer/boss
[ɪm'plɔɪə(r)/bɒs]
người sử dụng lao động / chủ

³³ administrative assistant
[əd'mɪnɪstrətɪv ə'sɪstənt]
trợ lý hành chính

³⁴ type a letter
[taɪp ə 'letə(r)]
đánh máy bức thư

³⁵ supply room
[sə'plaɪ ru:m]
phòng thiết bị

 ³⁶ office manager
['ɒfɪs 'mænɪdʒə(r)]
trưởng phòng

 ³⁷ supply cabinet
[sə'plaɪ 'kæbɪnət]
tủ đựng vật tư; thiết bị

38 storage room
['stɔːrɪdʒ ruːm]
kho

39 storage cabinet
['stɔːrɪdʒ 'kæbɪnət]
tủ để vật dụng lưu kho

40 employee lounge
[ɪm'plɔɪɪ: laʊndʒ]
khu vực dành cho nhân viên nghỉ ngơi

41 vending machine
['vendɪŋ məʃiːn]
máy bán hàng tự động

42 water cooler
['wɔːtə kuːlə(r)]
máy làm lạnh nước

43 coffee machine
['kɒfi məʃiːn]
máy pha cà phê

44 message board
['mesɪdʒ bɔːd]
bảng thông báo

TOPIC 98 — Office Supplies and Equipment – *Vật tư và thiết bị văn phòng*

¹ desk [desk]
bàn làm việc

² stapler ['steɪplə(r)]
cái dập ghim

³ letter tray ['letə(r) treɪ]

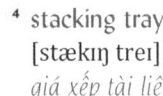

⁴ stacking tray [stækɪŋ treɪ]
giá xếp tài liệu

⁵ rotary card file ['rəʊtəri kɑːd faɪl]
giá thẻ quay

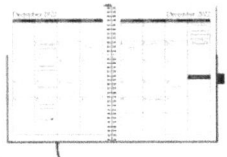

⁶ desk pad [desk pæd]
miếng lót để bàn

⁷ appointment book [ə'pɔɪntmənt bʊk]
sổ ghi các cuộc hẹn

⁸ clipboard ['klɪpbɔːd]
bìa kẹp hồ sơ

⁹ note pad ['nəʊt pæd]

¹⁰ memo pad ['meməʊ pæd]
sổ ghi chép

¹¹ electric pencil sharpener [ɪ'lektrɪk 'pensl 'ʃɑːpnə(r)]
máy gọt bút chì điện

¹² desk calendar [desk 'kælɪndə(r)]
lịch bàn

¹³ Post-It note pad ['pəʊst ɪt 'nəʊt pæd]
tập giấy dán dùng để ghi chú

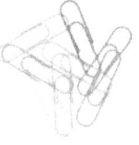

¹⁴ organizer ['ɔːgənaɪzə(r)]

¹⁵ personal planner ['pɜːsənl 'plænə(r)]
sổ công tác

¹⁶ rubber band [ˌrʌbə 'bænd]
dây cao su

¹⁷ paper clip ['peɪpə klɪp]
kẹp giấy

¹⁸ staple ['steɪpl]
kim bấm

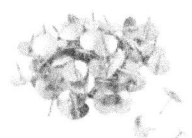 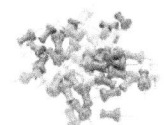  

¹⁹ thumbtack
['θʌmtæk]
đinh ấn

²⁰ pushpin
['pʊʃpɪn]
đinh ghim

²¹ legal pad
['liːgl pæd]
tập giấy kẻ hàng

²² file folder
[faɪl 'fəʊldə(r)]
bìa hồ sơ

²³ index card
[ɪndeks 'kɑːd]
phiếu ghi

²⁴ envelope
['envələʊp]
phong bì

²⁵ stationery/letterhead (paper)
['steɪʃənri/'letəhed 'peɪpə]
giấy viết thư có in sẵn tên và địa chỉ công ty

²⁶ mailer
['meɪlə(r)]
phong bì đựng bưu phẩm

²⁷ mailing label
['meɪlɪŋ 'leɪbl]
nhãn dán trên bưu phẩm

²⁸ typewriter cartridge
['taɪpraɪtə(r) 'kɑːtrɪdʒ]
hộp mực máy đánh chữ

²⁹ ink cartridge
[ɪŋk 'kɑːtrɪdʒ]
hộp mực in

³⁰ rubber stamp
[ˌrʌbə 'stæmp]
con dấu

³¹ ink pad
['ɪŋk pæd]
hộp mực dấu

³² glue stick
[gluː stɪk]
hồ dán

³³ glue
[gluː]
keo

³⁴ rubber cement
['rʌbə(r) sɪ'ment]
keo dán nhựa

³⁵ correction fluid
[kə'rekʃn fluːɪd]
viết xóa

³⁶ cellophane tape/clear tape
['seləfeɪn teɪp/klɪə(r) teɪp]
băng dính trong

³⁷ packing tape/sealing tape
['pækɪŋ teɪp/'siːlɪŋ teɪp]
băng dán kín

TOPIC 99: The Factory – *Nhà máy*

1. time clock
['taɪm klɒk]
máy chấm công

2. time cards
['taɪm kɑːdz]
thẻ chấm công

3. locker room
['lɒkə ruːm]
phòng thay đồ

4. (assembly) line
[ə'sembli laɪn]
dây chuyền (lắp ráp)

5. (factory) worker
['fæktəri 'wɜːkə(r)]
công nhân

6. work station
[wɜːk 'steɪʃn]
nơi làm việc

7. line supervisor
[laɪn 'suːpəvaɪzə(r)]
người giám sát dây chuyền lắp ráp

8. quality control supervisor
['kwɒləti kəntrəʊl 'suːpəvaɪzə(r)]
người kiểm tra chất lượng sản phẩm

9. machine
[mə'ʃiːn]
máy

10. conveyor belt
[kən'veɪə belt]
băng tải

11. warehouse
['weəhaʊs]
kho hàng

12. packer
['pækə(r)]
nhân viên đóng gói

13. forklift
[,fɔːklɪft]
xe nâng

¹⁴ freight elevator
[freɪt 'elɪveɪtə(r)]
thang máy vận chuyển hàng

¹⁵ union notice
['juːniən 'nəʊtɪs]
thông báo của công đoàn

¹⁶ suggestion box
[sə'dʒestʃən bɒks]
hộp thư góp ý

¹⁷ shipping department
['ʃɪpɪŋ dɪ'pɑːtmənt]
khu chuyển hàng

¹⁸ shipping clerk
['ʃɪpɪŋ klɑːk]
nhân viên chuyển hàng

¹⁹ hand truck/dolly
[hænd trʌk/'dɔːli]
xe đẩy hàng

²⁰ loading dock
['ləʊdɪŋ dɒk]
bục chất/dỡ hàng

²¹ payroll office
['peɪrəʊl 'ɒfɪs]
phòng lao động tiền lương

²² personnel office
[ˌpɜːsə'nel 'ɒfɪs]
phòng nhân sự

²³ generator
['dʒenəreɪtər]
máy phát điện

²⁴ compressor
[kəm'presər]
máy nén

²⁵ packaging machine
['pækɪdʒɪŋ mə'ʃiːn]
máy đóng gói

TOPIC 100 — The Construction Site – *Công trường*

1. sledgehammer ['sledʒhæmə(r)] — *búa tạ*
2. pickax ['pɪkæk] — *cuốc chim*
3. shovel ['ʃʌvl] — *cái xẻng*
4. wheelbarrow ['wi:lbærəʊ] — *xe cút kít*

5. jackhammer ['dʒækhæmə(r)]
6. pneumatic drill [nju:ˌmætɪk 'drɪl] — *máy khoan chạy bằng khí nén*
7. blueprints ['blu:prɪnts] — *bản thiết kế*
8. ladder ['lædə(r)] — *thang*
9. scaffolding ['skæfəldɪŋ] — *giàn giáo*

10. trowel ['traʊəl] — *cái bay*

11. toolbelt [tu:l belt] — *đai đeo dụng cụ*
12. tape measure ['teɪp meʒə(r)] — *thước dây*
13. dump truck ['dʌmp trʌk] — *xe chở cát, đá*
14. front-end loader [ˌfrʌnt ˌend 'ləʊdə(r)] — *máy xúc*

15. cement mixer [sɪ'ment mɪksə(r)] — *máy trộn xi măng*
16. cement [sɪ'ment] — *xi măng*
17. crane [kreɪn] — *cần trục*
18. cherry picker ['tʃeri pɪkə(r)] — *máy nâng*

¹⁹ bulldozer
['bʊldəʊzə(r)]
xe ủi đất

²⁰ backhoe
['bækhəʊ]
máy đào

²¹ concrete mixer truck
['kɒŋkri:t 'mɪksə(r) trʌk]
xe trộn bê tông

²² concrete
['kɒŋkri:t]
bê tông

²³ pickup truck
['pɪkʌp trʌk]
xe tải nhỏ, không mui

²⁴ trailer
['treɪlə(r)]
nhà cơ động

²⁵ drywall
['draɪwɔ:l]
tường đá

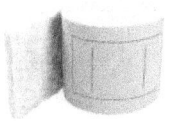

²⁶ wood/lumber
[wʊd/'lʌmbə(r)]
gỗ xẻ

²⁷ plywood
['plaɪwʊd]
ván ép

²⁸ insulation
[ˌɪnsju'leɪʃn]
vật liệu cách âm, nhiệt ...

²⁹ wire
['waɪə(r)]
dây điện

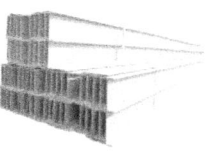

³⁰ brick
[brɪk]
gạch

³¹ shingle ['ʃɪŋgl]
ván lợp; ván ốp

³² pipe
[paɪp]
ống dẫn

³³ girder/beam
['gɜ:də(r)/bi:m]
xà/rầm

TOPIC 101 — Job Safety – Bảo hộ lao động

1. hard hat/helmet [hɑːd hæt/ˈhelmɪt] — mũ bảo hộ
2. earplugs [ˈɪəplʌgz] — nút bịt lỗ tai
3. goggles [ˈgɒglz] — kính bảo hộ
4. safety vest [ˈseɪfti vest] — áo bảo hộ

5. safety boots [ˈseɪfti buːts] — ủng bảo hộ
6. toe guard [təʊ gɑːd] — đồ bảo hộ ngón chân
7. back support [bæk səˈpɔːt] — đai bảo hộ lưng
8. safety earmuffs [ˈseɪfti ˈɪəmʌfs] — đồ che tai

9. hairnet [ˈheənet] — lưới giữ tóc
10. mask [mɑːsk] — khẩu trang
11. latex gloves [ˈleɪteks glʌvz] — găng tay cao su
12. respirator [ˈrespəreɪtə(r)] — mặt nạ phòng hơi độc

13. safety glasses [ˈseɪfti glɑːsɪz] — kính bảo hộ
14. flammable [ˈflæməbl] — (chất) dễ cháy
15. poisonous [ˈpɔɪzənəs] — (chất) độc
16. corrosive [kəˈrəʊsɪv] — (chất) ăn mòn

¹⁷ radioactive
[ˌreɪdiəʊˈæktɪv]
(chất) phóng xạ

¹⁸ dangerous
[ˈdeɪndʒərəs]
nguy hiểm

¹⁹ hazardous
[ˈhæzədəs]
(khu vực) nguy hiểm

²⁰ biohazard
[ˈbaɪəʊhæzəd]
nguy cơ nhiễm độc

²¹ electrical hazard
[ɪˈlektrɪkl ˈhæzəd]
nguy cơ bị điện giật

²² first-aid kit
[ˌfɜːst ˈeɪd kɪt]
hộp sơ cứu

²³ fire extinguisher
[ˈfaɪə(r) ɪkˈstɪŋgwɪʃə(r)]
bình chữa lửa

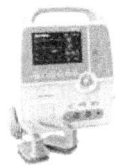  

²⁴ defibrillator
[diːˈfɪbrɪleɪtə(r)]
máy khử rung tim

²⁵ emergency exit
[iˈmɜːdʒənsi ˈeksɪt]
lối thoát hiểm

²⁶ no smoking
[ˌnəʊ ˈsməʊkɪŋ]
cấm hút thuốc

²⁷ do not enter
[duː nɒt ˈentər]
cấm vào

²⁸ barricade
[ˈbærɪkeɪd]
vật chướng ngại

TOPIC 102 — Public Transportation – *Phương tiện giao thông công cộng*

A. Bus [bʌs] – *Xe buýt*

 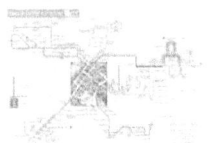  

¹ bus stop
['bʌs stɒp]
trạm xe buýt

² bus route
['bʌs ruːt]
lộ trình xe buýt

³ passenger
['pæsɪndʒə(r)]
⁴ rider ['raɪdə(r)]
hành khách

⁵ (bus) fare
['bʌs feə(r)]
tiền xe

⁶ transfer
['trænsˈfɜː(r)]
vé chuyển

⁷ bus driver
['bʌs 'draɪvə(r)]
tài xế xe buýt

⁸ bus station
['bʌs steɪʃn]
bến xe buýt

⁹ ticket counter
['tɪkɪt 'kaʊntə(r)]
quầy bán vé

¹⁰ ticket ['tɪkɪt]
vé xe

¹¹ baggage compartment / luggage compartment
['bægɪdʒ kəmˈpɑːtmənt / 'lʌgɪdʒ kəmˈpɑːtmənt]
ngăn đựng hành lý

B. Train [treɪn] – *Xe lửa*

¹² train station
[treɪn 'steɪʃn]
ga xe lửa

¹³ ticket window
['tɪkɪt 'wɪndəʊ]
ô bán vé

¹⁴ arrival and
departure board
[əˈraɪvl ənd
dɪˈpɑːtʃə(r) bɔːd]
*bảng báo xe lửa
đến và đi*

¹⁵ information booth
[ˌɪnfəˈmeɪʃn buːð]
quầy thông tin

16 schedule ['skedʒu:l]
17 timetable ['taɪmteɪbl]
lịch trình

18 platform ['plætfɔ:m]
sân ga

19 track [træk]
đường ray

20 conductor [kən'dʌktə(r)]
nhân viên soát vé

C. Subway ['sʌbweɪ] – *Xe điện ngầm*

21 subway station ['sʌbweɪ 'steɪʃn]
ga xe điện ngầm

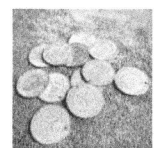
22 (subway) token ['sʌbweɪ 'təʊkən]
đồng xu qua cửa

23 turnstile ['tɜ:nstaɪl]
cửa quay

24 fare card [feə(r) kɑ:d]
thẻ xe

25 fare card machine [feə(r) kɑ:d mə'ʃi:n]
máy bán thẻ xe

D. Taxi ['tæksi] – *Xe taxi*

26 taxi stand ['tæksi stænd]
trạm taxi

27 taxi/cab ['tæksi/kæb]
28 taxicab ['tæksikæb]
xe taxi

29 meter ['mi:tə(r)]
đồng hồ tính tiền

30 cab driver [kæb 'draɪvə(r)]
31 taxi driver ['tæksi 'draɪvə(r)]
tài xế taxi

E. Ferry ['feri] – *Phà*

TOPIC 103: Types of Vehicles – *Các loại xe*

1 sedan [sɪ'dæn]
ô tô bốn chỗ (có khoang hành lý tách riêng)

2 hatchback ['hætʃbæk]
ô tô năm cửa

3 convertible [kən'vɜːtəbl]
ô tô mui trần

4 sports car ['spɔːts kɑː(r)]
ô tô thể thao

5 hybrid ['haɪbrɪd]
ô tô hai động cơ xăng và điện

6 station wagon ['steɪʃn wægən]
ô tô dài có chỗ trống sau ghế, để chở người và hàng hóa

7 S.U.V. (sport utility vehicle) [ˌes juː 'viː/spɔːt juː'tɪləti 'viːəkl]
ô tô thể thao địa hình

8 jeep [dʒiːp]
xe jeep

9 van [væn]
xe tải nhẹ

10 minivan ['mɪnivæn]
xe bảy chỗ

11 pickup truck ['pɪkʌp trʌk]
xe tải nhỏ, không mui

12 limousine ['lɪməziːn]
xe limousine

¹³ tow truck
['təʊ trʌk]
xe kéo (cứu hộ giao thông)

¹⁴ R.V. (recreational vehicle)
[,ɑ: vi: (,rekri'eɪʃənl 'vi:əkl)]

¹⁵ camper
['kæmpə(r)]
xe móc/nhà lưu động

¹⁶ moving van
['mu:vɪŋ væn]
xe tải vận chuyển đồ đạc

¹⁷ truck
[trʌk]
xe tải

¹⁸ tractor trailer/semi
['træktə treɪlə(r)/'semi]
xe đầu kéo

¹⁹ bicycle/bike
['baɪsɪkl/baɪk]
xe đạp

²⁰ motor scooter
['məʊtə sku:tə(r)]
xe scooter

²¹ moped
['məʊped]
xe gắn máy (có bàn đạp)

²² motorcycle
['məʊtəsaɪkl]
xe mô tô

²³ forklift
[,fɔ:klɪft]
xe nâng

²⁴ subway
['sʌbweɪ]
xe điện ngầm

²⁵ train
[treɪn]
xe lửa

TOPIC 104

Car parts and maintenance
Các bộ phận xe hơi và việc bảo dưỡng

¹ bumper ['bʌmpə(r)] *thanh hãm xung*
² headlight ['hedlaɪt] *đèn trước*
³ turn signal [tɜːn 'sɪgnəl] *đèn báo quẹo xe*
⁴ parking light ['pɑːkɪŋ laɪt] *đèn báo đỗ xe*

  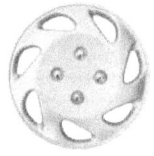 

⁵ fender ['fendə(r)] *cái chắn bùn*
⁶ tire ['taɪə(r)] *lốp xe*
⁷ hubcap ['hʌbkæp] *nắp đậy trục bánh xe*
⁸ hood [hʊd] *nắp đậy máy xe; capô*

   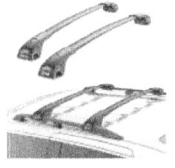

⁹ windshield ['wɪndʃiːld] *kính chắn gió*
¹⁰ windshield wipers ['wɪndʃiːld 'waɪpə(r)z] *cái gạt nước*
¹¹ side mirror [saɪd 'mɪrə(r)] *kính chiếu hậu*
¹² roof rack ['ruːf ræk] *khung giữ hành lý*

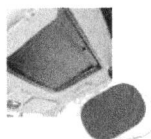   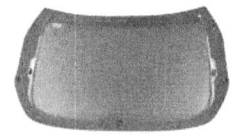

¹³ sunroof ['sʌnruːf] *kính trời*
¹⁴ antenna [æn'tenə] *ăng-ten*
¹⁵ rear window [rɪə(r) 'wɪndəʊ] *kính sau*
¹⁶ rear defroster [rɪə(r) ˌdiː'frɒstə(r)] *thiết bị làm tan băng ở kính sau*

17 trunk
[trʌŋk]
thùng xe

18 taillight
['teɪl laɪt]
đèn hậu

19 brake light
['breɪk laɪt]
đèn báo hãm/ thắng xe

20 backup light
['bækʌp laɪt]
đèn báo lùi xe

21 license plate
['laɪsns pleɪt]
biển số

22 tailpipe/exhaust pipe
['teɪlpaɪp/ ɪgˈzɔːst paɪp]
ống xả khí

23 muffler
['mʌflə(r)]
bộ giảm thanh

24 transmission
[trænsˈmɪʃn]
bộ truyền lực

   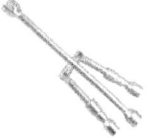

25 gas tank
[gæs tæŋk]
bình xăng

26 jack
[dʒæk]
cái palăng

27 spare tire
[ˌspeə 'taɪə(r)]
bánh xe dự phòng

28 lug wrench
[lʌg rentʃ]
chìa vặn có răng

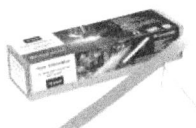   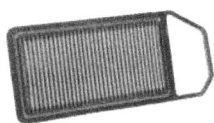

29 flare
[fleə(r)]
mỏ hàn

30 jumper cables
['dʒʌmpə keɪbl]
dây nối điện

31 spark plugs
['spɑːk plʌgz]
bu gi

32 air filter
[eə(r) 'fɪltə(r)]
bộ lọc khí

33 engine
['endʒɪn]
động cơ

34 fuel injection system
['fjuːəl ɪndʒekʃn 'sɪstəm]
hệ thống phun xăng

35 radiator
['reɪdieɪtə(r)]
bộ tản nhiệt

36 radiator hose
['reɪdieɪtə(r) həʊz]
ống tản nhiệt

³⁷ fan belt
['fæn belt]
dây curoa nối quạt

³⁸ alternator
['ɔːltəneɪtə(r)]
bộ phát điện xoay chiều

³⁹ dipstick
['dɪpstɪk]
thanh đo mực dầu bôi trơn

⁴⁰ battery
['bætri]
bình điện

⁴¹ air pump
[eə(r) pʌmp]
bơm hơi

⁴² gas pump
[gæs pʌmp]
máy bơm xăng

⁴³ nozzle ['nɒzl]
vòi bơm xăng

⁴⁴ gas cap
[gæs kæp]
nắp bình xăng

⁴⁵ gas [gæs]
xăng

⁴⁶ oil [ɔɪl]
dầu nhớt

⁴⁷ coolant ['kuːlənt]
chất làm nguội

⁴⁸ air [eə(r)]
khí (bơm bánh xe)

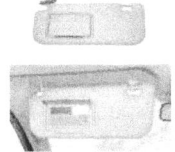

⁴⁹ air bag
[eə(r) bæg]
túi khí

⁵⁰ visor
['vaɪzə(r)]
tấm che nắng

⁵¹ rearview mirror
[ˌrɪə vjuː ˈmɪrə(r)]
kính chiếu hậu

⁵² dashboard
['dæʃbɔːd]

⁵³ instrument panel
['ɪnstrəmənt 'pænl]
bảng đồng hồ

⁵⁴ temperature gauge
['temprətʃə(r) geɪdʒ]
đồng hồ đo nhiệt độ máy

⁵⁵ gas gauge/fuel gauge
[gæs geɪdʒ/'fjuːəl geɪdʒ]
đồng hồ xăng

⁵⁶ speedometer
[spiː'dɒmɪtə(r)]
đồng hồ tốc độ

⁵⁷ odometer
[əʊ'dɒmɪtə(r)]
đồng hồ đo quãng đường

⁵⁸ warning lights
['wɔːnɪŋ laɪts]
đèn cảnh báo

⁵⁹ turn signal
[tɜːn 'sɪgnəl]
cần gạt báo queo xe

⁶⁰ steering wheel
['stɪərɪŋ wiːl]
tay lái

⁶¹ horn
[hɔːn]
còi

⁶² ignition
[ɪg'nɪʃn]
ổ khóa đề

⁶³ vent [vent]
lỗ thông gió

⁶⁴ navigation system
[ˌnævɪ'geɪʃn 'sɪstəm]
hệ thống chỉ đường

⁶⁵ radio
['reɪdiəʊ]
radio

⁶⁶ CD player
[ˌsiː 'diː 'pleɪə(r)]
máy nghe đĩa

⁶⁷ heater ['hiːtə(r)]
nút điều chỉnh máy sưởi

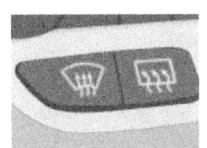
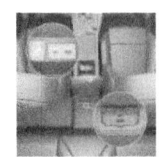

⁶⁸ air conditioning
['eə kəndɪʃnɪŋ]
nút điều chỉnh máy lạnh

⁶⁹ defroster
[ˌdiːˈfrɒstə(r)]
nút làm tan băng ở kính xe

⁷⁰ power outlet
['paʊə(r) 'aʊtlet]
lỗ nối điện

⁷¹ glove compartment
['glʌv kəmpɑːtmənt]
ngăn để găng tay

⁷² emergency brake
[ɪˈmɜːdʒənsi breɪk]
cần đạp thắng gấp

⁷³ brake (pedal)
[breɪk 'pedl]
cần đạp thắng

⁷⁴ accelerator
[əkˈseləreɪtə(r)]
⁷⁵ gas pedal
[gæs 'pedl]
chân đạp ga

⁷⁶ automatic transmission
[ˌɔːtəmætɪk trænsˈmɪʃn]
hộp số tự động

⁷⁷ gearshift
['gɪəʃɪft]
cần số

⁷⁸ manual transmission
['mænjuəl trænsˈmɪʃn]
số tay

⁷⁹ stickshift
['stɪk ʃɪft]
cần số tay

⁸⁰ clutch [klʌtʃ]
bộ ly hợp; embrayage

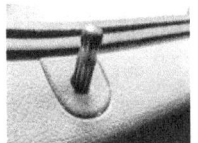

⁸¹ door lock
[dɔː(r) lɒk]
khóa cửa

⁸² door handle
[dɔː(r) ˈhændl]
tay nắm cửa

⁸³ shoulder harness
[ˈʃəʊldə(r) 'hɑːnɪs]
dây choàng vai

⁸⁴ armrest
['ɑːmrest]
chỗ tựa tay

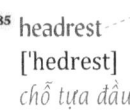

⁸⁵ headrest
['hedrest]
chỗ tựa đầu

⁸⁶ seat [siːt]
chỗ ngồi

⁸⁷ seat belt
[siːt belt]
đai an toàn

TOPIC 105 — Highways and Streets – Đường cao tốc và đường phố

1. tunnel ['tʌnl]
   đường hầm

2. bridge [brɪdʒ]
   cầu

3. tollbooth ['təʊlbu:ð]
   trạm thu phí

4. route sign [ru:t saɪn]
   bảng tên đường

5. highway ['haɪweɪ]
   đường cao tốc

6. road [rəʊd]
   con đường

7. divider [dɪ'vaɪdə(r)]

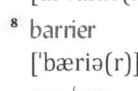
8. barrier ['bæriə(r)]
   con lươn

9. overpass ['əʊvəpɑ:s]
   cầu vượt

10. underpass ['ʌndəpɑ:s]
    đường chui

11. entrance ramp/on ramp ['entrəns ræmp/ɒn ræmp]
    dốc vào đường cao tốc

12. interstate (highway) ['ɪntəsteɪt 'haɪweɪ]
    đường (cao tốc) liên bang

13. median ['mi:diən]
    dải phân cách hai làn đường xa lộ

1. 14. left lane [left leɪn]
   ♦ *làn xe bên trái*
2. 15. middle lane/center lane ['mɪdl leɪn/'sentə(r) leɪn]
   ♦ *làn xe ở giữa*
3. 16. right lane [raɪt leɪn]
   ♦ *làn xe bên phải*
4. 17. shoulder ['ʃəʊldə(r)]
   ♦ *lề đường*

18 broken line
['brəʊkən laɪn]
vạch không
liền mạch

19 solid line
['sɒlɪd laɪn]
vạch liền mạch

20 speed limit sign
['spiːd lɪmɪt saɪn]
biển báo tốc độ
cho phép

21 exit (ramp)
['eksɪt ræmp]
dốc ra đường
cao tốc

22 exit sign
['eksɪt saɪn]
biển báo lối ra khỏi
đường cao tốc

23 street
[striːt]
đường phố

24 one-way street
[,wʌn 'weɪ striːt]
đường một chiều

25 double yellow line
['dʌbl ,jeləʊ 'laɪn]
vạch vàng song
song giữa đường

26 crosswalk ['krɒswɔːk]
lối qua đường dành
cho người đi bộ

27 intersection
[,ɪntə'sekʃn]
giao lộ

28 traffic light/traffic signal
['træfɪk laɪt/'træfɪk 'sɪgnəl]
đèn giao thông

29 corner
['kɔːnə(r)]
góc phố

30 block
[blɒk]
khu nhà

TOPIC 106 — Prepositions of Motion – *Giới từ chỉ sự chuyển động*

¹ over ['əʊvə(r)]
(đi) bên trên

² under ['ʌndə(r)]
(đi) bên dưới

³ through [θruː]
(đi) xuyên qua

⁴ around [ə'raʊnd]
(đi) vòng quanh

⁵ up [ʌp]
(đi) lên

⁶ down [daʊn]
(đi) xuống

⁷ across [ə'krɒs]
băng qua (đường)

⁸ past [pɑːst]
(đi) ngang qua

⁹ on [ɒn]
lên (xe)

¹⁰ off [ɒf]
xuống (xe)

¹¹ into ['ɪntə]
vào (xe)

¹² out of [aʊt əv]
ra khỏi (xe)

¹³ onto ['ɒntə]
vượt lên

TOPIC 107
Traffic Signs and Directions
Biển báo và các hướng dẫn giao thông

A. Traffic Signs ['træfɪk saɪnz] – *Biển báo giao thông*

1. stop
[stɒp]
dừng

2. no left turn
[nəʊ left tɜːn]
cấm quẹo trái

3. no right turn
[nəʊ raɪt tɜːn]
cấm quẹo phải

4. no U-turn
[nəʊ juː tɜːn]
cấm quay đầu

5. right turn only
[raɪt tɜːn 'əʊnli]
chỉ được phép quẹo phải

6. do not enter
[də nɒt 'entə(r)]
cấm vào

7. one way
[wʌn weɪ]
đường một chiều

8. dead end/no outlet
[ded end/nəʊ 'aʊtlet]
đường cụt

9. pedestrian crossing
[pə,destriən 'krɒsɪŋ]
nơi có người đi bộ qua đường

10. railroad crossing
['reɪlrəʊd krɒsɪŋ]
nơi có xe lửa chạy qua

11. school crossing
[skuːl krɒsɪŋ]
nơi có học sinh qua đường

12. merging traffic
[mɜːdʒɪŋ 'træfɪk]
biển hợp đường

13. yield [jiːld]
biển nhường đường

14. detour
['diːtʊə(r)]
đường vòng

15. slippery when wet
['slɪpəri wen wet]
đường trơn

16. handicapped parking only
['hændikæpt 'pɑːkɪŋ 'əʊnli]
chỗ đậu xe dành cho người tàn tật

B. Compass Directions ['kʌmpəs də'rekʃnz] — *Phương hướng*

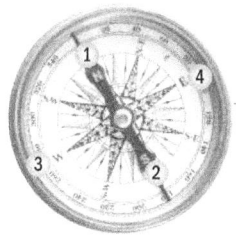

1. ¹⁷ north [nɔ:θ] ♦ *Bắc*
2. ¹⁸ south [saʊθ] ♦ *Nam*
3. ¹⁹ west [west] ♦ *Tây*
4. ²⁰ east [i:st] ♦ *Đông*

C. Road Test Instructions [rəʊd test ɪn'strʌkʃnz] — *Các chỉ dẫn trong thực hành lái xe*

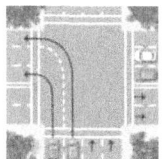  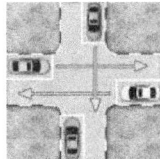 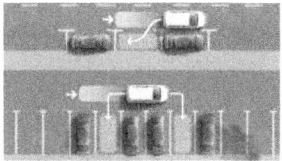

²¹ Turn left
[tɜ:n left]
Quẹo trái

²² Turn right
[tɜ:n raɪt]
Quẹo phải

²³ Go straight
[gəʊ streɪt]
Đi thẳng

²⁴ Parallel park
['pærəlel pa:k]
Đỗ xe theo hàng

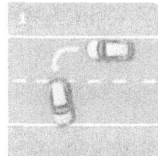 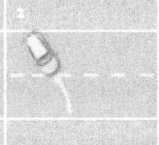 

²⁵ Make a 3-point turn
[meɪk ə θri: pɔɪnt tɜ:n]
Quay đầu xe

²⁶ Use hand signals
[ju:z hænd 'sɪgnəl]
Sử dụng ký hiệu bàn tay

²⁷ go through figure 8
[gəʊ θru: 'fɪgər eɪt]
Đi qua hình số 8

²⁸ Go through a road with a barricade
[gəʊ θru: ə rəʊd wɪð ə ˌbærɪ'keɪd]
Đi qua đường có vạch cản

²⁹ Go through a rough road
[gəʊ θru: ə rʌf rəʊd]
Đi qua đường gồ ghề và kết thúc

TOPIC 108 — The Airport – *Sân bay*

A. Check-in ['tʃek ɪn] – *Nơi làm thủ tục lên máy bay*

1. ticket ['tɪkɪt] — *vé máy bay*
2. ticket counter ['tɪkɪt 'kaʊntə(r)] — *quầy kiểm vé*
3. ticket agent ['tɪkɪt 'eɪdʒənt] — *nhân viên kiểm vé*
4. suitcase ['suːtkeɪs] — *va li*

5. arrival and departure monitor [ə'raɪvl ənd dɪ'pɑːtʃə(r) 'mɒnɪtə(r)] — *màn hình thông báo các chuyến bay đến và đi*

B. Security [sɪ'kjʊərəti] – *An ninh*

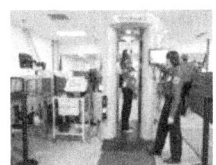

6. security checkpoint [sɪ'kjʊərəti 'tʃekpɔɪnt] — *trạm kiểm soát an ninh*
7. security officer [sɪ'kjʊərəti 'ɒfɪsə(r)] — *nhân viên kiểm tra an ninh*
8. metal detector ['metl dɪtektə(r)] — *máy dò kim loại*

9. X-ray machine ['eks reɪ mə'ʃiːn] — *máy chiếu tia X*
10. carry-on bag ['kæri ɒn bæg] — *hành lý xách tay*

C. The Gate [ðə geɪt] – *Cổng*

¹¹ check-in counter ['tʃek ɪn 'kaʊntə(r)]
quầy kiểm tra thủ tục

¹² boarding pass ['bɔ:dɪŋ pɑ:s]
vé lên máy bay

¹³ gate [geɪt]
cổng

¹⁴ boarding area ['bɔ:dɪŋ 'eərɪə]
khu vực chờ lên máy bay

D. Baggage Claim ['bægɪdʒ kleɪm] – *Nơi nhận hành lý*

¹⁵ baggage claim (area) ['bægɪdʒ rɪkleɪm 'eərɪə]
khu vực nhận hành lý

¹⁶ baggage carousel ['bægɪdʒ ˌkærə'sel]
băng tải chuyển hành lý

¹⁷ baggage ['bægɪdʒ]
hành lý

¹⁸ baggage cart ['bægɪdʒ kɑ:t]
¹⁹ luggage cart ['lʌgɪdʒ kɑ:t]
xe đẩy hành lý

²⁰ luggage carrier ['lʌɪdʒ 'kærɪə(r)]
giá đẩy hành lý

²¹ garment bag ['gɑ:mənt bæg]
túi bọc quần áo

²² baggage claim check ['bægɪdʒ kleɪm tʃek]
phiếu kiểm soát hành lý

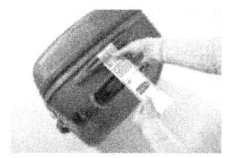   

²³ tag [tæg]
thẻ ghi tên và địa chỉ (buộc vào vali)

²⁴ conveyor belt [kən'veɪər belt]
băng tay

²⁵ trolley ['trɒli]
xe đẩy tay

²⁶ carry-on baggage ['kæri ɒnbægɪdʒ]
hành lý xách tay

E. Customs and Immigration ['kʌstəmz ənd ˌɪmɪ'greɪʃn] – *Hải quan và thủ tục nhập cảnh*

²³ customs
['kʌstəmz]
hải quan

²⁴ customs officer
['kʌstəmz 'ɒfɪsə(r)]
nhân viên hải quan

²⁵ customs declaration form
['kʌstəmz ˌdeklə'reɪʃn fɔːm]
tờ khai hải quan

²⁶ immigration
[ˌɪmɪ'greɪʃn]
nơi làm thủ tục nhập cảnh

²⁷ immigration officer
[ˌɪmɪ'greɪʃn 'ɒfɪsə(r)]
nhân viên làm thủ tục nhập cảnh

²⁸ passport
['pɑːspɔːt]
hộ chiếu

²⁹ visa
['viːzə]
thị thực

F. Staff at the airport [stɑːf æt ðə 'eəpɔːt] – *Nhân viên tại sân bay*

³⁰ steward
['stjuːəd]
nam tiếp viên

³¹ stewardess
[ˌstjuːə'des]
nữ tiếp viên

³² passenger
['pæsɪndʒə(r)]
hành khách

³³ cleaner
['kliːnər]
nhân viên vệ sinh

³⁴ security officer
[sɪ'kjʊərəti 'ɒfɪsər]
nhân viên an ninh

TOPIC 109 — Airplane Travel – Đi lại bằng máy bay

¹ cockpit
['kɒkpɪt]
buồng lái

² pilot/captain
['paɪlət/'kæptɪn]
cơ trưởng

³ co-pilot
['kəʊ paɪlət]
phi công phụ

⁴ lavatory/bathroom
['lævətri/'bɑ:θru:m]
phòng vệ sinh

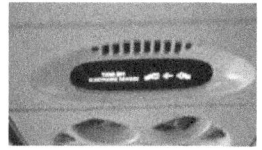

⁵ flight attendant
['flaɪt ətendənt]
tiếp viên hàng không

⁶ overhead compartment
[,əʊvə'hed kəm'pɑ:tmənt]
ngăn để hành lý xách tay

⁷ Fasten Seat Belt sign
['fɑ:sn 'si:t belt saɪn]
biển báo đeo dây an toàn

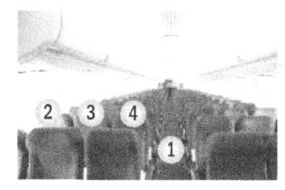

① ⁸ aisle [aɪl] ♦ lối đi
② ⁹ window seat ['wɪndəʊ si:t] ♦ ghế ngồi cạnh cửa sổ
③ ¹⁰ middle seat ['mɪdl si:t] ♦ ghế ngồi ở giữa
④ ¹¹ aisle seat [aɪl si:t] ♦ ghế ngồi cạnh lối đi

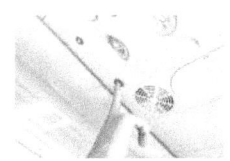

¹² No Smoking sign
[nəʊ 'sməʊkɪŋ saɪn]
biển báo cấm hút thuốc

¹³ call button [kɔ:l 'bʌtn]
nút nhấn gọi tiếp viên

¹⁴ oxygen mask
['ɒksɪdʒən mɑ:sk]
mặt nạ dưỡng khí

¹⁵ emergency exit
[ɪˈmɜːdʒənsi ˈeksɪt]
lối thoát hiểm

¹⁶ tray (table)
[treɪ ˈteɪbl]
bàn xếp

¹⁷ emergency instruction card
[ɪˈmɜːdʒənsi ɪnˈstrʌkʃn kɑːd]
tờ hướng dẫn cứu nguy

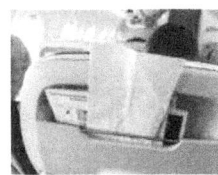  

¹⁸ air sickness bag
[eə(r) ˈsɪknəs bæg]
túi nôn

¹⁹ life vest/life jacket
[laɪf vest/laɪf ˈdʒækɪt]
áo cứu sinh

²⁰ runway [ˈrʌnweɪ]
phi đạo, đường băng

²¹ terminal (building)
[ˈtɜːmɪnl ˈbɪldɪŋ]
nhà ga sân bay

²² control tower
[kənˈtrəʊl taʊə(r)]
đài kiểm soát máy bay lên xuống (đài không lưu)

²³ airplane/plane/jet
[ˈeəpleɪn/pleɪn/dʒet]
máy bay/ phi cơ/máy bay phản lực

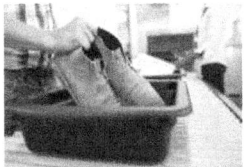  

²⁴ take off your shoes
[teɪk ɒf jɔː(r) ʃuː]
cởi giày

²⁵ empty your pockets
[ˈempti jɔː(r) ˈpɒkɪts]
lấy hết đồ trong túi quần (áo) ra

²⁶ put your bag on the conveyor belt
[pʊt jɔː(r) bæg ɒn ðə kənˈveɪə belt]
đặt túi xách lên băng tải

²⁷ put your computer in a tray
[pʊt jɔː(r) kəmˈpjuːtə(r) ɪn ə treɪ]
đặt máy tính (xách tay) vào khay

²⁸ walk through the metal detector
[wɔːk θruː ðə ˈmetl dɪtektə(r)]
đi qua máy dò tìm kim loại

²⁹ check in at the gate
[ˈtʃek ɪn ət ðə geɪt]
làm thủ tục ở cổng

³⁰ get your boarding pass
[get jɔː(r) ˈbɔːdɪŋ pɑːs]
nhận vé lên máy bay

³¹ board the plane
[bɔːd ðə pleɪn]
lên máy bay

³² stow your carry-on bag
[stəʊ jɔː(r) ˈkæri ɒn bæg]
xếp gọn hành lý xách tay

³³ find your seat
[faɪnd jɔː(r) siːt]
tìm chỗ ngồi

³⁴ fasten your seat belt
[ˈfɑːsn jɔː(r) siːt belt]
cài dai an toàn

³⁵ use the lavatory
[ˈjuːz ðə ˈlævəˌtɔːri]
sử dụng nhà vệ sinh

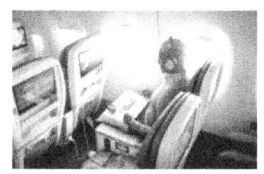  

³⁶ enjoy the in-flight services and entertainment
[ɪnˈdʒɔɪ ðə ɪnˈflaɪt ˈsɜːrvɪsɪz ænd ˌentərˈteɪnmənt]
tận hưởng các dịch vụ và giải trí trên chuyến bay

³⁷ land at your destination
[lænd æt jɔːr ˌdestɪˈneɪʃən]
hạ cánh tại điểm đến

³⁸ exit the airport
[ˈɛksɪt ðə ˈɛəˌpɔːrt]
ra khỏi sân bay

TOPIC 110 — The Hotel – *Khách sạn*

1. doorman
['dɔ:mən]
nhân viên gác cửa

2. valet parking
['væleɪ 'pɑ:kɪŋ]
nơi sắp xếp việc đỗ xe

3. parking attendant
['pɑ:kɪŋ ə'tendənt]
nhân viên đỗ xe

4. bellhop
['belhɒp]
nhân viên phụ trách hành lý

5. luggage cart
['lʌgɪdʒ kɑ:t]
xe đẩy hành lý

6. bell captain
[bel 'kæptɪn]
trưởng bộ phận phụ trách hành lý

7. lobby
['lɒbi]
tiền sảnh

8. front desk
[ˌfrʌnt 'desk]
quầy tiếp tân

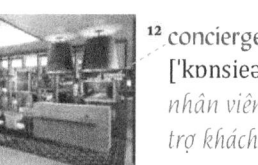

9. desk clerk
['desk klɑ:k]
nhân viên tiếp tân

10. guest
[gest]
khách

11. concierge desk
['kɒnsieəʒ desk]
bàn hỗ trợ khách hàng

12. concierge
['kɒnsieəʒ]
nhân viên hỗ trợ khách hàng

13. restaurant
['restrɒnt]
nhà hàng

14. meeting room
['mi:tɪŋ ru:m]
phòng họp; hội trường

15. gift shop
['gɪft ʃɒp]
cửa hàng bán đồ lưu niệm

16. pool
[pu:l]
bể bơi

[17] exercise room ['eksəsaɪz ruːm] *phòng tập thể dục*

[18] elevator ['elɪveɪtə(r)] *thang máy*

[19] ice machine [aɪs mə'ʃiːn] *máy nước đá*

[20] hall/hallway [hɔːl/'hɔːlweɪ] *hành lang*

[21] room key [ruːm kiː] *chìa khóa phòng*

[22] housekeeping cart ['haʊskiːpɪŋ kɑːt] *xe đẩy dụng cụ dọn phòng*

[23] housekeeper ['haʊskiːpə(r)] *nhân viên dọn phòng*

[24] guest room ['gest ruːm] *phòng của khách sạn*

  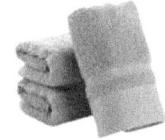 

[25] room service [ruːm 'sɜːvɪs] *sự phục vụ tại phòng*

[26] sauna ['sɔːnə] *phòng tắm hơi*

[27] towels ['taʊəlz] *khăn tắm*

[28] workout room ['wɜːkaʊt ruːm] *phòng tập thể dục*

[29] vending machine ['vendɪŋ məʃiːn] *máy bán hàng tự động*

TOPIC 111

Hobbies, Crafts, and Games
Thú tiêu khiển, nghề thủ công và các hoạt động giải trí

A. Sew [səʊ] – *May*

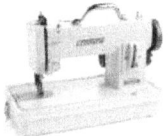

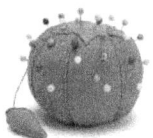

¹ sewing machine
['səʊɪŋ məʃi:n]
máy may

² pin
[pɪn]
kim gút

³ pin cushion
[pɪn 'kʊʃn]
gối ghim kim

⁴ (spool of) thread
[spu:l əv θred]
(ống) chỉ

⁵ (sewing) needle
['səʊɪŋ 'ni:dl]
kim (may)

⁶ thimble
['θɪmbl]
cái đê

⁷ safety pin
['seɪfti pɪn]
kim băng

B. Knit [nɪt] – *Đan*

⁸ knitting needle
['nɪtɪŋ ni:dl]
kim đan

⁹ yarn
[jɑ:n]
cuộn len

C. Crochet ['krəʊʃeɪ] – *Móc*

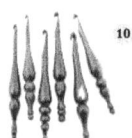

¹⁰ crochet hook
['krəʊʃeɪ hʊk]
đầu móc

D. Paint [peɪnt] – *Vẽ (bằng cọ)*

¹¹ paintbrush
['peɪntbrʌʃ]
bút vẽ

¹² easel
['i:zl]
giá vẽ

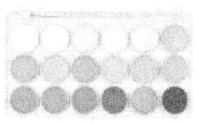

¹³ canvas
['kænvəs]
vải bạt

¹⁴ paint
[peɪnt]
sơn vẽ

¹⁵ oil paint
[ɔɪl peɪnt]
sơn dầu

¹⁶ watercolor
['wɔːtəkʌlə(r)]
màu nước

E. Draw [drɔː] – *Vẽ (bằng bút)*

¹⁷ sketch book
['sketʃ bʊk]
vở vẽ

¹⁸ (set of) colored pencils
[set əv 'kʌləd 'penslz]
bút chì màu

¹⁹ drawing pencil
['drɔːɪŋ 'pensl]
bút chì vẽ

F. Do embroidery [Dʊ ɪm'brɔɪdəri]
Thêu

G. Do needlepoint [du 'niːdlpɔɪnt]
Thêu móc

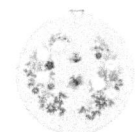

²⁰ embroidery
[ɪm'brɔɪdəri]
đồ thêu

²¹ needlepoint
['niːdlpɔɪnt]
đồ thêu móc

²² pattern
['pætn]
mẫu thêu

H. Do woodworking
[du 'wʊdwɜːkɪŋ]
Làm mộc

I. Do origami
[du ˌɒrɪ'ɡɑːmi]
Xếp giấy

J. Make pottery
[meɪk 'pɒtəri]
Làm đồ gốm

²³ woodworking kit
['wʊdwɜːkɪŋ kɪt]
bộ đồ lắp ráp bằng gỗ

²⁴ origami paper
[ˌɒrɪ'ɡɑːmi 'peɪpə(r)]
giấy xếp

²⁵ clay
[kleɪ]
đất sét

²⁶ potter's wheel
[ˌpɒtəz 'wiːl]
mâm xoay

K. Collect stamps [kə'lekt stæmps]
Sưu tầm tem

L. Collect coins [kə'lekt kɔɪnz]
Sưu tầm tiền xu

   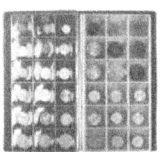

27 stamp album
[stæmp 'ælbəm]
bộ sưu tập tem

28 magnifying glass
['mægnɪfaɪɪŋ glɑːs]
kính lúp

29 coin catalog
[kɔɪn 'kætəlɒg]
catalog các loại tiền xu

30 coin collection
[kɔɪn kə'lekʃn]
bộ sưu tập tiền xu

M. Build models [bɪld 'mɒdlz] — *Dựng mô hình*

31 model kit
['mɒdl kɪt]
bộ mô hình

32 glue
[gluː]
keo

33 acrylic paint
[ə'krɪlɪk peɪnt]
sơn acrylic

N. Go bird-watching [gəʊ 'bɜːd wɒtʃɪŋ] — *Ngắm chim*

34 binoculars
[bɪ'nɒkjələz]
ống nhòm

35 field guide
[fiːld gaɪd]
sách hướng dẫn thực nghiệm

O. Play cards [Pleɪ kɑːdz] — *Chơi bài*

36 (deck of) cards
[dek əv kɑːdz]
cỗ bài

① **37** club [klʌb] ♦ *quân nhép (chuồn)*
② **38** diamond ['daɪəmənd] ♦ *quân rô*
③ **39** heart [hɑːt] ♦ *quân cơ*
④ **40** spade [speɪd] ♦ *quân pích*

P. Play board games [pleɪ bɔːd geɪmz] − *Chơi cờ*

41 chess
[tʃes]
cờ vua

42 checkers
['tʃekəz]
cờ đam

43 backgammon
['bækgæmən]
cờ thỏ cáo

44 Monopoly
[mə'nɒpəli]
cờ triệu phú

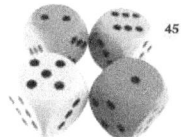 

45 dice
[daɪs]
súc sắc

46 Scrabble
['skræbl]
trò chơi sắp chữ

Q. Go online/browse the Web/"surf" the net [gəʊ ˌɒn'laɪn/braʊz ðə web/ sɜːf ðə net] − *Duyệt web, online*

 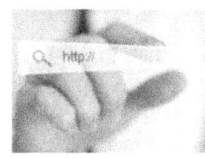

47 web browser
[web 'braʊzə(r)]
lướt web

48 web address/URL
[web ə'dres/ˌjuː ɑːr 'el]
địa chỉ trang web

R. Photography [fə'tɒgrəfi]
Thuật chụp ảnh

S. Astronomy [ə'strɒnəmi]
Thiên văn học

 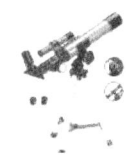

49 camera
['kæmərə]
máy ảnh

50 telescope
['telɪskəʊp]
kính viễn vọng

TOPIC 112 — Places to go – *Các địa điểm nên đến*

¹ museum [mju'ziːəm]
nhà bảo tàng

² art gallery ['ɑːt gæləri]
phòng tranh

³ concert ['kɒnsət]
buổi hòa nhạc

⁴ play [pleɪ]
buổi diễn kịch

⁵ amusement park [ə'mjuːzmənt pɑːk]
công viên giải trí

⁶ historic site [hɪ'stɒrɪk saɪt]
di tích lịch sử

⁷ national park ['næʃnəl pɑːk]
công viên quốc gia

⁸ craft fair [krɑːft feə(r)]
hội chợ hàng thủ công

⁹ yard sale ['jɑːd seɪl]
nơi bán đồ dùng rồi

¹⁰ swap meet/flea market ['swɒp miːt/'fliː mɑːkɪt]
chợ trời

¹¹ park [pɑːk]
công viên

¹² beach [biːtʃ]
bãi biển

¹³ mountains
['maʊntənz]
miền núi

¹⁴ aquarium [ə'kweəriəm]
viện hải dương học

¹⁵ botanical gardens
[bə,tænɪkl 'gɑːdnz]
vườn thực vật

¹⁶ planetarium
[,plænɪ'teəriəm]
cung thiên văn

¹⁷ zoo [zuː]
sở thú

¹⁸ movies ['muːviz]
rạp chiếu phim

¹⁹ carnival
['kɑːnɪvl]
lễ hội

²⁰ fair
[feə(r)]
hội chợ

²¹ library
['laɪbrəri]
thư viện

²² supermarket
['suːpəmɑːkɪt]
siêu thị

²³ bookshop
['bʊkʃɒp]
nhà sách

²⁴ gym [dʒɪm]
phòng tập thể dục

TOPIC 113 — The Park and The Playground – *Công viên và sân chơi*

¹ bicycle path ['baɪsɪkl pɑːθ]
² bike path/bikeway [baɪk pɑːθ/baɪkweɪ]
đường đạp xe

³ duck pond [dʌk pɒnd]
ao vịt

⁴ picnic area ['pɪknɪk 'eəriə]
khu vực ăn ngoài trời

⁵ trash can ['træʃ kæn]
thùng rác

⁶ grill [grɪl]
lò nướng

⁷ picnic table ['pɪknɪk 'teɪbl]
bàn ăn ngoài trời

⁸ water fountain ['wɔːtə(r) 'faʊntən]
vòi nước uống công cộng

⁹ jogging path ['dʒɒgɪŋ pɑːθ]
đường chạy bộ

¹⁰ bench [bentʃ]
ghế dài

¹¹ tennis court ['tenɪs kɔːt]
sân tennis

¹² ballfield [bɔːl fiːld]
sân bóng chày

¹³ fountain ['faʊntən]
vòi phun nước

¹⁴ bike rack [baɪk ræk]
giá để xe đạp

¹⁵ merry-go-round ['meri gəʊ raʊnd]
¹⁶ carousel [ˌkærə'sel]
vòng quay ngựa gỗ

¹⁷ skateboard ramp ['skeɪtbɔːd ræmp]
dốc trượt

¹⁸ playground ['pleɪgraʊnd]
sân chơi

¹⁹ climbing wall
['klaɪmɪŋ wɔ:l]
tường tập leo

²⁰ swings
[swɪŋz]
xích đu

²¹ climber
['klaɪmə(r)]
khung leo

²² slide
[slaɪd]
cầu trượt

²³ seesaw ['si: sɔ:]
ván bập bênh

²⁴ sandbox
['sændbɒks]
hồ cát

²⁵ sand
[sænd]
cát

²⁶ spring horse
[sprɪŋ hɔ:s]
ngựa lò xo

²⁷ balance board
['bæləns bɔ:d]
*tấm tập giữ
thăng bằng*

²⁸ volleyball net
['vɒlibɔ:l net]
lưới bóng chuyền

²⁹ tunnel ['tʌnl]
đường hầm

³⁰ monkey bar
['mʌŋki bɑ:r]
xà khỉ

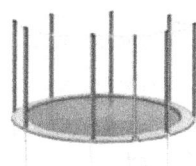

³¹ umbrella
[ʌm'brelə]
dù

³² trash bin
['træʃ bɪn]
thùng rác

³³ trampoline
[ˌtræmpə'li:n]
*tấm bạt lò xo
căng trên khung*

³⁴ scooter ['sku:tər]
*xe hẩy (xe có chỗ
đứng một chân,
một chân đẩy)*

TOPIC 114 — The Beach – *Bãi biển*

1. lifeguard ['laɪfgɑːd] — *nhân viên cứu hộ*
2. lifeguard stand ['laɪfgɑːd stænd] — *ghế của nhân viên cứu hộ*
3. life preserver [laɪf prɪˈzɜːvə(r)] — *phao cứu sinh*
4. snack bar [snæk bɑː(r)]
5. refreshment stand [rɪˈfreʃmənt stænd] — *quầy bán thức ăn nhẹ*

6. vendor ['vendə(r)] — *người bán hàng rong*
7. swimmer ['swɪmə(r)] — *người bơi*
8. wave [weɪv] — *sóng*
9. surfer ['sɜːfə(r)] — *người lướt sóng*

10. kite [kaɪt] — *diều*
11. beach chair [biːtʃ tʃeə(r)] — *ghế xếp*
12. beach umbrella [biːtʃ ʌmˈbrelə] — *dù xếp*
13. sand castle [sænd ˈkɑːsl] — *lâu đài cát*

14. boogie board ['buːgɪ bɔːd] — *ván lướt sóng gần bờ*
15. sunbather [sʌn ˈbeɪðə(r)] — *người tắm nắng*
16. sunglasses ['sʌnglɑːsɪz] — *kính râm*
17. (beach) towel [biːtʃ ˈtaʊəl] — *khăn tắm (biển)*

¹⁸ beach ball
[biːtʃ bɔːl]
*quả bóng
(chơi trên biển)*

¹⁹ surfboard
[ˈsɜːfbɔːd]
ván lướt sóng

²⁰ seashell/shell
[ˈsiːʃel/ʃel]
vỏ sò

²¹ rock
[rɒk]
đá

²² cooler [ˈkuːlə(r)]
thùng ướp lạnh

²³ sun hat
[ˈsʌn hæt]
nón che nắng

²⁴ sunscreen/sunblock/suntan lotion
[ˈsʌnskriːn/ ˈsʌnblɒk/ˈsʌntæn ˈləʊʃn]
kem chống nắng

²⁵ (beach) blanket
[biːtʃ ˈblæŋkɪt]
*khăn trải (trên
bãi biển)*

²⁶ shovel
[ˈʃʌvl]
cái xẻng

²⁷ pail
[peɪl]
cái xô

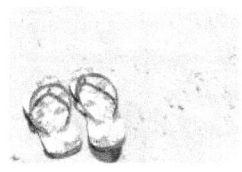

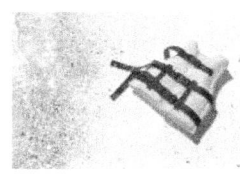

²⁸ flip-flops
[ˈflɪp flɒp]
dép tông

²⁹ goggles
[ˈɡɒɡlz]
kính râm

³⁰ life jacket
[ˈlaɪf dʒækɪt]
áo phao

TOPIC 115: Outdoor Recreation – *Giải trí ngoài trời*

A. Camping ['kæmpɪŋ] – *Cắm trại*

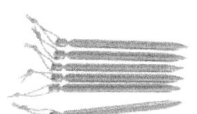

¹ tent
[tent]
lều

² sleeping bag
['sli:pɪŋ bæg]
túi ngủ

³ tent stakes
[tent steɪks]
cọc lều

⁴ lantern
['læntən]
đèn bão

⁵ hatchet
['hætʃɪt]
rìu nhỏ

⁶ camping stove
['kæmpɪŋ stəʊv]
bếp cắm trại

⁷ Swiss army knife
[,swɪs 'ɑ:mi naɪf]
dao gấp nhỏ có nhiều lưỡi và các công cụ như kéo, đồ khui, v.v...

⁸ insect repellent
['ɪnsekt rɪ'pelənt]
thuốc diệt côn trùng

⁹ matches
[mætʃɪz]
diêm

B. Hiking ['haɪkɪŋ] – *Đi bộ đường dài*

¹⁰ backpack
['bækpæk]
ba lô

¹¹ canteen
[kæn'ti:n]
*bidông
(đựng nước)*

¹² compass
['kʌmpəs]
la bàn

¹³ trail map
[treɪl mæp]
bản đồ chỉ đường

¹⁴ GPS device
[,dʒi: pi: 'es dɪ'vaɪs]
thiết bị GPS (hệ thống định vị toàn cầu)

¹⁵ hiking boots
['haɪkɪŋ bu:ts]
giày đi bộ đường dài

C. Rock climbing/technical climbing
['rɒk klaɪmɪŋ/'teknɪkl klaɪmɪŋ]
Leo núi đá

D. Mountain biking
['maʊntən baɪkɪŋ]
Leo núi bằng xe đạp

¹⁶ harness
['hɑ:nɪs]
đai an toàn

¹⁷ rope
[rəʊp]
dây thừng

¹⁸ mountain bike
['maʊntən baɪk]
xe đạp leo núi

¹⁹ (bike) helmet
[baɪk 'helmɪt]
mũ bảo hiểm

E. Picnic ['pɪknɪk] – *Đi dã ngoại*

²⁰ (picnic) blanket
['pɪknɪk 'blæŋkɪt]
khăn trải

²¹ thermos
['θɜ:məs]
bình thủy

²² picnic basket
['pɪknɪk 'bɑ:skɪt]
giỏ đựng thức ăn đi picnic

²³ sunshade
['sʌnʃeɪd]
dù che nắng

²⁴ picnic table
['pɪknɪkteɪbl]
bàn ăn ngoài trời

²⁵ barbecue
['bɑ:bɪkju:]
thịt nướng

²⁶ picnic games
['pɪknɪkgeɪmz]
trò chơi dã ngoại

TOPIC 116 — Individual Sports and Recreation
Các môn thể thao và các trò giải trí cá nhân

A. Jogging ['dʒɒgɪŋ] – *Chạy bộ chậm*

¹ jogging suit
['dʒɒgɪŋ suːt]
quần áo chạy bộ

² jogging shoes
['dʒɒgɪŋ ʃuːz]
giày chạy bộ

B. Running ['rʌnɪŋ] – *Chạy bộ*

³ running shorts
['rʌnɪŋ ʃɔːts]
quần chạy

⁴ running shoes
['rʌnɪŋ ʃuːz]
giày chạy

C. Walking
['wɔːkɪŋ]
Đi bộ

D. Inline skating/rollerblading
[ˌɪnlaɪn 'skeɪtɪŋ/'rəʊlə(r) 'bleɪdɪŋ]
Trượt patanh

⁵ walking shoes
['wɔːkɪŋ ʃuːz]
giày đi bộ

⁶ inline skates/rollerblades
[ɪn laɪn 'skeɪts/'rəʊləbleɪdz]
giày patanh (có bánh xe nằm dọc dưới đế giày)

⁷ knee pads
[niː pædz]
miếng đệm bảo vệ đầu gối

E. Cycling/biking ['saɪklɪŋ/'baɪkɪŋ]
Đạp xe

F. Skateboarding ['skeɪtbɔːdɪŋ]
Trượt ván

⁸ bicycle/bike
['baɪsɪkl/baɪk]
xe đạp

⁹ (bicycle/bike) helmet
[('baɪsɪkl/baɪk) 'helmɪt]
mũ bảo hiểm

¹⁰ skateboard
['skeɪtbɔːd]
ván trượt

¹¹ elbow pads
['elbəʊ pædz]
miếng đệm bảo vệ khuỷu tay

G. Bowling ['bəʊlɪŋ]
Bowling

H. Horseback riding ['hɔ:sbæk raɪdɪŋ]
Cưỡi ngựa

    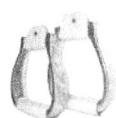

¹² bowling ball
['bəʊlɪŋ bɔ:l]
banh bowling

¹³ bowling shoes
['bəʊlɪŋ ʃu:z]
giày chơi bowling

¹⁴ saddle
['sædl]
yên ngựa

¹⁵ reins [reɪnz]
dây cương

¹⁶ stirrups
['stɪrəps]
bàn đạp

I. Tennis ['tenɪs] – *Quần vợt, tennis*

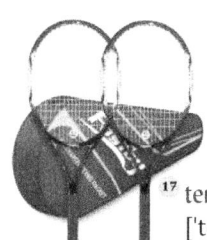  

¹⁷ tennis racket
['tenɪs rækɪt]
vợt tennis

¹⁸ tennis ball
[tenɪs bɔ:l]
banh tennis

¹⁹ tennis shorts
['tenɪs ʃɔ:ts]
quần chơi tennis

J. Badminton ['bædmɪntən] – *Cầu lông*

 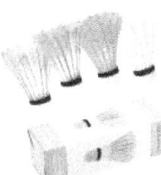

²⁰ badminton racket
['bædmɪntən 'rækɪt]
vợt cầu lông

²¹ birdie/shuttlecock
['bɜ:di/'ʃʌtlkɒk]
quả cầu lông

K. Racquetball ['rækɪtbɔ:l] – *Quần vợt sân tường*

  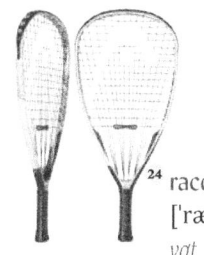

²² safety goggles
['seɪfti 'gɒglz]
kính bảo hộ

²³ racquetball
['rækɪtbɔ:l]
*banh chơi quần
vợt sân tường*

²⁴ racquet
['rækɪt]
vợt

L. Table tennis/ping pong ['teɪbl 'tenɪs/'pɪŋ pɒŋ] – *Bóng bàn*

  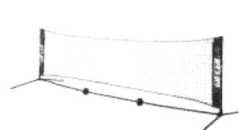 

²⁵ paddle ['pædl]
vợt bóng bàn

²⁶ ping pong table
['pɪŋ pɒŋ 'teɪbl]
bàn bóng bàn

²⁷ net [net]
lưới bóng bàn

²⁸ ping pong ball
['pɪŋ pɒŋ bɔːl]
banh bóng bàn

M. Golf [gɒlf] – *Đánh gôn*

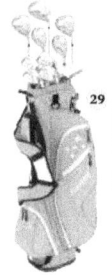 

²⁹ golf clubs
[gɒlf klʌbz]
gậy đánh gôn

³⁰ golf ball
[gɒlf bɔːl]
banh chơi gôn

N. Frisbee ['frɪzbi] – *Ném đĩa*

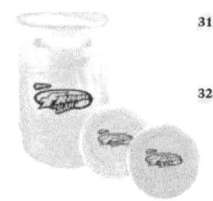

³¹ Frisbee
['frɪzbi]

³² flying disc
[,flaɪɪŋ dɪsk]
*đĩa (nhựa nhẹ,
chơi trong môn
ném đĩa)*

O. Billiards/pool ['bɪliədz/puːl]
Bida

 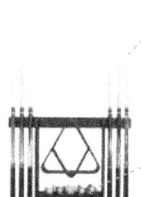

³⁴ pool stick
[puːl stɪk]
cây cơ

³³ pool table
[puːl 'teɪbl]
bàn bida

³⁵ billiard balls
['bɪliəd bɔːlz]
bi

P. Martial arts [,mɑːʃl 'ɑːts]
Võ thuật

³⁶ black belt
[,blæk 'belt]
đai đen

Q. Gymnastics [dʒɪm'næstɪks] – *Thể dục dụng cụ*

³⁷ horse [hɔːs]
*ngựa gỗ (để tập
nhảy ngựa)*

³⁸ parallel bars
[,pærəlel 'bɑːz]
xà kép

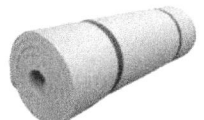

39 mat [mæt]
đệm tập

40 balance beam
['bæləns biːm]
xà thăng bằng

41 trampoline ['træmpəliːn]
bạt lò xo (để nhào lộn)

R. Weightlifting ['weɪtlɪftɪŋ] – *Cử tạ*

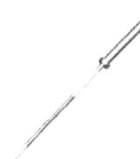

42 barbell
['bɑːbel]
thanh tạ

43 weights
[weɪts]
quả tạ

S. Archery ['ɑːtʃəri] – *Bắn cung*

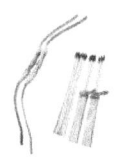

44 bow and arrow
[baʊ ənd 'ærəʊ]
cung tên và mũi tên

45 target
['tɑːgɪt]
bia (để bắn)

T. Box [bɒks] – *Quyền anh*

46 boxing gloves
['bɒksɪŋ glʌvz]
*găng đánh
quyền anh*

47 (boxing) trunks
['bɒksɪŋ trʌŋks]
*quần soóc (mặc trong
môn quyền anh)*

U. Wrestle ['resl] – *Đấu vật*

48 wrestling uniform
['reslɪŋ 'juːnɪfɔːm]
đồng phục đấu vật

49 (wrestling) mat
['reslɪŋ mæt]
thảm đấu vật

V. Work out/Exercise [wɜːk aʊt/'eksəsaɪz] – *Thể dục*

50 treadmill
['tredmɪl]
máy chạy bộ

51 rowing machine
['rəʊwɪŋ məʃiːn]
*máy tập động tác
chèo*

52 exercise bike
['eksəsaɪz baɪk]
*máy đạp xe tại
chỗ*

53 universal
[ˌjuːnɪ'vɜːsl]

54 exercise equipment
['eksəsaɪz ɪ'kwɪpmənt]
*dụng cụ luyện tập đa
(chức) năng*

TOPIC 117 — Team Sports – *Các môn thể thao đồng đội*

A. Baseball ['beɪsbɔːl] – *Bóng chày*

1. baseball player ['beɪsbɔːl 'pleɪə(r)]
   vận động viên bóng chày
2. baseball field ['beɪsbɔːl fiːld]
3. ballfield [bɔːlfiːld]
   sân bóng chày

B. Softball ['sɒftbɔːl] – *Bóng mềm*

4. softball player ['sɒftbɔːl 'pleɪə(r)]
   vận động viên bóng mềm
5. ballfield [bɔːlfiːld]
   sân bóng

C. Football ['fʊtbɔːl] – *Bóng bầu dục*

6. football player ['fʊtbɔːl 'pleɪə(r)]
   vận động viên bóng bầu dục
7. football field ['fʊtbɔːl fiːld]
   sân bóng bầu dục

D. Lacrosse [lə'krɒs] – *Bóng vợt*

8. lacrosse player [lə'krɒs 'pleɪə(r)]
   vận động viên bóng vợt
9. lacrosse field [lə'krɒs fiːld]
   sân bóng vợt

E. (Ice) hockey [aɪs 'hɒki]
Khúc côn cầu (trên băng)

 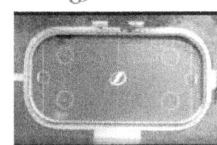

10. hockey player ['hɒki 'pleɪə(r)]
    vận động viên khúc côn cầu trên băng
11. hockey rink ['hɒki rɪŋk]
    sân khúc côn cầu (trên băng)

F. Basketball ['bɑːskɪtbɔːl]
Bóng rổ

 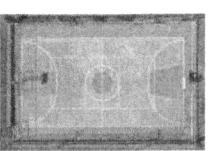

12. basketball player ['bɑːskɪtbɔːl 'pleɪə(r)]
    vận động viên bóng rổ
13. basketball court ['bɑːskɪtbɔːl kɔːt]
    sân bóng rổ

G. Volleyball ['vɒlibɔ:l] – *Bóng chuyền*

 **14** volleyball player ['vɒlibɔ:l 'pleɪə(r)]
vận động viên bóng chuyền

 **15** volleyball court ['vɒlibɔ:l kɔ:t]
sân bóng chuyền

H. Soccer ['sɒkə(r)] – *Bóng đá*

 **16** soccer player ['sɒkə(r) 'pleɪə(r)]
cầu thủ bóng đá

 **17** soccer field ['sɒkə(r) fi:ld]
sân bóng đá

I. Dragon boat racing ['drægən bəʊt 'reɪsɪŋ] – *Đua thuyền rồng*

 **18** dragon boat ['drægən bəʊt]
thuyền rồng

 **19** paddlers ['pædlər]
người chèo

 **20** steerer [stɪərər]
người lái

 **21** drummer ['drʌmər]
người đánh trống

 **22** racing lanes ['reɪsɪŋleɪnz]
làn đường đua

 **23** buoy [bɔɪ]
phao

 **24** starting line ['stɑ:rtɪŋlaɪn]
vạch xuất phát

 **25** watercraft ['wɔ:tərkrɑ:ft]
mô tô nước

TOPIC 118: Team Sports Equipment
Dụng cụ trong các môn thể thao đồng đội

A. Baseball ['beɪsbɔːl] – *Bóng chày*

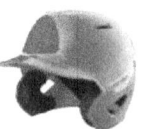

1. baseball ['beɪsbɔːl] *quả bóng chày*
2. bat [bæt] *gậy bóng chày*
3. batting helmet [bætɪŋ 'helmɪt] *mũ của cầu thủ đánh bóng*
4. (baseball) uniform ['beɪsbɔːl 'juːnɪfɔːm] *đồng phục bóng chày*

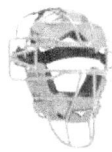

5. catcher's mask ['kætʃə(r) mɑːsk] *mặt nạ của cầu thủ bắt bóng*
6. (baseball) glove ['beɪsbɔːl glʌv] *găng (bóng chày)*
7. catcher's mitt ['kætʃə(r) mɪt] *găng bắt bóng*

B. Softball ['sɒftbɔːl] – *Bóng mềm*

8. softball ['sɒftbɔːl] *quả bóng mềm*
9. softball glove ['sɒftbɔːl glʌv] *găng bắt bóng mềm*

C. Football ['fʊtbɔːl] – *Bóng bầu dục*

10. football ['fʊtbɔːl] *quả bóng bầu dục*
11. football helmet ['fʊtbɔːl 'helmɪt] *mũ bóng bầu dục*
12. shoulder pads ['ʃəʊldə pædz] *miếng đệm vai*

D. Lacrosse [lə'krɒs] – *Bóng vợt*

¹³ lacrosse ball
[lə'krɒs bɔːl]
quả bóng vợt

¹⁴ face guard
[feɪs gɑːd]
mặt nạ bảo vệ

¹⁵ lacrosse stick
[lə'krɒs stɪk]
gậy bóng vợt

E. (Ice) hockey [aɪs 'hɒki] – *Khúc côn cầu trên băng*

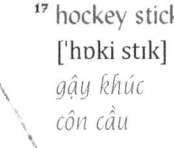
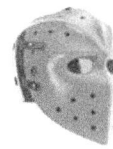

¹⁶ hockey puck
['hɒki pʌk]
bóng khúc côn cầu

¹⁷ hockey stick
['hɒki stɪk]
gậy khúc côn cầu

¹⁸ hockey mask
['hɒki mɑːsk]
mặt nạ khúc côn cầu

¹⁹ hockey glove
['hɒki glʌv]
găng khúc côn cầu

²⁰ hockey skates
['hɒki skeɪts]
giày trượt băng

F. Basketball ['bɑːskɪtbɔːl] – *Bóng rổ*

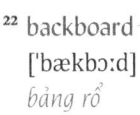

²¹ basketball
['bɑːskɪtbɔːl]
quả bóng rổ

²² backboard
['bækbɔːd]
bảng rổ

²³ basketball hoop
['bɑːskɪtbɔːl huːp]
vành rổ

G. Volleyball ['vɒlibɔːl] – *Bóng chuyền*   H. Soccer ['sɒkə(r)] – *Bóng đá*

²⁴ volleyball
['vɒlibɔːl]
quả bóng chuyền

²⁵ volleyball net
['vɒlibɔːl net]
lưới bóng chuyền

²⁶ soccer ball
['sɒkə(r) bɔːl]
quả bóng đá

²⁷ shinguards
['ʃɪn gɑːdz]
đệm bảo vệ ống chân

TOPIC 119

Winter Sports and Recreation
Các trò giải trí và các môn thể thao mùa đông

A. (Downhill) skiing [ˌdaʊnˈhɪl ˈskiːɪŋ] – *Trượt tuyết dốc*

¹ skis [skiːz]
ván trượt
tuyết

² ski boots
[skiː buːts]
giày trượt tuyết

³ bindings
[ˈbaɪndɪŋz]
khóa giày

⁴ (ski) poles
[skiː pəʊlz]
gậy trượt tuyết

B. Cross-country skiing
[ˌkrɒs ˌkʌntri ˈskiːɪŋ]
Trượt tuyết trên địa hình tự nhiên

C. (ice) skating
[aɪs ˈskeɪtɪŋ]
Trượt băng

⁵ cross-country skis
[ˌkrɒs ˌkʌntri ˈskiːz]
ván trượt trên địa
hình tự nhiên

⁶ (ice) skates
[aɪs skeɪts]
giày trượt băng

⁷ blade [bleɪd]
thanh trượt
(dưới giày)

⁸ skate guard
[skeɪt gɑːd]
thanh chắn bảo
vệ (dưới giày)

D. Figure skating [ˈfɪgə skeɪtɪŋ]
Trượt băng nghệ thuật

E. nowboarding [ˈsnəʊbɔːdɪŋ]
Trượt tuyết ván; lướt tuyết

⁹ figure skates
[ˈfɪgə(r) skeɪts]
giày trượt băng
nghệ thuật

¹⁰ snowboard
[ˈsnəʊbɔːd]
ván trượt tuyết

F. Sledding ['sledɪŋ] – *Trượt tuyết bằng xe trượt*

¹¹ sled [sled]
xe trượt tuyết

¹² sledding dish/saucer
['sledɪŋ dɪʃ/'sɔːsə(r)]
đĩa trượt tuyết

G. Bobsledding [bɒb'sledɪŋ]
Đua xe trượt tuyết

¹³ bobsled [bɒb'sled]
xe trượt tuyết đua

H. Snowmobiling ['snəʊməbiːlɪŋ]
Trượt tuyết bằng mô tô

¹⁴ snowmobile
['snəʊməbiːl]
mô tô trượt tuyết

I. Curling ['kɜːlɪŋ] – *Ném bi đá trên băng*

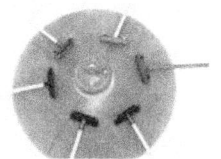

¹⁵ stone [stəʊn]
bi đá, quả tạ

¹⁶ curling brush
['kɜːlɪŋ brʌʃ]
chổi chà

¹⁷ house
[haʊs]
vòng
mục tiêu

¹⁸ button
['bʌtn]
vị trí trung
tâm

¹⁹ hack
[hæk]
địa điểm
xuất phát

²⁰ skip
[skɪp]
đội trưởng

TOPIC 120 — Water Sports and Recreation
Các trò giải trí và các môn thể thao dưới nước

A. Sailing [ˈseɪlɪŋ]
Đi thuyền buồm

B. Canoeing [kəˈnuːɪŋ]
Bơi xuồng

  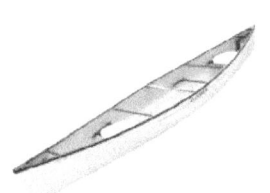

1. sailboat
 [ˈseɪlbəʊt]
 thuyền buồm

2. life jacket/life vest
 [laɪf ˈdʒækɪt/ laɪf vest]
 áo cứu sinh

3. canoe
 [kəˈnuː]
 xuồng

4. paddles
 [ˈpædlz]
 mái chèo

C. Rowing [ˈrəʊɪŋ]
Chèo thuyền

D. Kayaking [ˈkaɪækɪŋ]
Bơi xuồng kayak

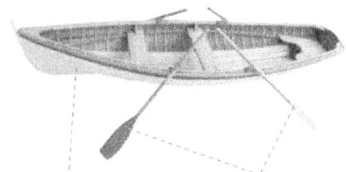 

5. rowboat
 [ˈrəʊbəʊt]
 thuyền mái chèo

6. oars
 [ɔː(r)z]
 mái chèo

7. kayak
 [ˈkaɪæk]
 xuồng kayak

8. paddles
 [ˈpædlz]
 mái chèo

E. (White-water) rafting [ˌwaɪt ˈwɔːtə(r) ˈrɑːftɪŋ] – *Chèo bè vượt thác*

9. raft
 [rɑːft]
 cái bè

10. life jacket/life vest
 [laɪf ˈdʒækɪt/ laɪf vest]
 áo cứu sinh

F. Swimming ['swɪmɪŋ] – *Bơi lội*

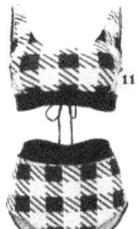

11 swimsuit/bathing suit
['swɪmsuːt/'beɪðɪŋ suːt]
áo bơi

12 goggles
['gɒglz]
kính bơi

13 bathing cap
['beɪðɪŋ kæp]
mũ bơi

G. Snorkeling ['snɔːklɪŋ] – *Lặn có ống thở*

14 mask
[mɑːsk]
kính lặn

15 snorkel
['snɔːkl]
ống thở

16 fins
[fɪnz]
chân vịt

H. Scuba diving ['skuːbə daɪvɪŋ]
Lặn có bình dưỡng khí

17 wet suit
[wet suːt]
đồ lặn

18 (air) tank
[eə(r) tæŋk]
bình dưỡng khí

19 (diving) mask
['daɪvɪŋ mɑːsk]
kính lặn

I. Surfing ['sɜːfɪŋ]
Lướt ván

20 surfboard
['sɜːfbɔːd]
ván lướt sóng

J. Windsurfing ['wɪndsɜːfɪŋ]
Lướt ván buồm

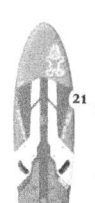

21 sailboard
['seɪlbɔːd]
ván buồm

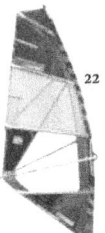

22 sail [seɪl]
cánh buồm

K. Waterskiing ['wɔːtəskiːɪŋ]
Trượt nước

23 water skis
['wɔːtə(r) skiːz]
ván trượt nước

24 towrope
['təʊ rəʊp]
dây kéo

L. Fishing ['fɪʃɪŋ] – *Câu cá*

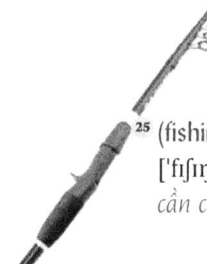

²⁵ (fishing) rod/pole ['fɪʃɪŋ rɒd/ pəʊl] *cần câu*

²⁶ reel [ri:l] *ống quấn*

²⁷ (fishing) line ['fɪʃɪŋ laɪn] *dây câu*

²⁸ (fishing) net ['fɪʃɪŋ net] *vợt (bắt cá)*

²⁹ bait [beɪt] *mồi câu*

³⁰ hook [hʊk] *lưỡi câu*

³¹ tackle box ['tækl bɒks] *hộp đồ dùng*

³² fisher ['fɪʃər] *người câu cá*

³³ creel [kri:l] *giỏ đựng cá*

³⁴ waders ['weɪdər] *ủng lội nước*

³⁵ fishing boat ['fɪʃɪŋbəʊt] *thuyền câu*

³⁶ sinker ['sɪŋkər] *chì lưới (buộc ở dây câu cho nó chìm)*

³⁷ lure [lʊə(r)] *mồi giả*

³⁸ live bait [ˌlaɪv beɪt] *mồi sống*

³⁹ fillet knife ['fɪlɪtnaɪf] *dao phi lê*

TOPIC 121

Sport and Exercise Actions
Các động tác trong thể dục thể thao

¹ hit [hɪt] *đánh*
² pitch [pɪtʃ] *ném bóng (trong môn bóng chày)*
³ throw [θrəʊ] *ném*
⁴ catch [kætʃ] *bắt*

⁵ pass [pɑːs] *chuyền*
⁶ kick [kɪk] *đá*
⁷ serve [sɜːv] *giao bóng*
⁸ bounce [baʊns] *nhồi bóng*

⁹ dribble ['drɪbl] *rê bóng*
¹⁰ shoot [ʃuːt] *tung bóng*
¹¹ stretch [stretʃ] *duỗi*
¹² bend [bend] *cúi; cúi gập*

¹³ walk [wɔːk] *đi bộ*
¹⁴ run [rʌn] *chạy*
¹⁵ hop [hɒp] *nhảy lò cò*
¹⁶ skip [skɪp] *nhảy chân sáo*

17 jump
[dʒʌmp]
nhảy lên

18 reach
[ri:tʃ]
với tay

19 swing
[swɪŋ]
đánh tay

20 lift
[lɪft]
nâng

21 swim
[swɪm]
bơi lội

22 dive [daɪv]
*nhảy chúi đầu
(xuống nước)*

23 shoot
[ʃu:t]
bắn

24 push-up
['pʊʃ ʌp]
hít đất

25 sit-up
[sɪt ʌp]
*nâng người
ngồi dậy*

26 deep knee bend
[di:p ni: bend]
ngồi gập gối

27 jumping jack
[dʒʌmpɪŋ dʒæk]
*nhảy dang ngang
(tay, chân)*

28 somersault
['sʌməsɔ:lt]
lộn mèo

29 cartwheel
['kɑ:twi:l]
nhào lộn

30 handstand
['hændstænd]
trồng chuối

TOPIC 122: Entertainment – *Giải trí*

A. Play [pleɪ] – *Kịch*

1. theater ['θɪətə(r)]
nhà hát

2. actor ['æktə(r)]
nam diễn viên

3. actress ['æktrəs]
nữ diễn viên

B. Concert ['kɒnsət] – *Buổi hòa nhạc/buổi biểu diễn âm nhạc*

4. concert hall ['kɒnsət hɔːl]
phòng hòa nhạc

5. orchestra ['ɔːkɪstrə]
dàn nhạc

6. musician [mjuˈzɪʃn]
nhạc công

7. conductor [kənˈdʌktə(r)]
nhạc trưởng

8. band [bænd]
ban nhạc

C. Opera ['ɒprə] – *Nhạc kịch*

9. opera singer ['ɒprə 'sɪŋə(r)]
ca sĩ opera

D. Ballet ['bæleɪ] – *Balê*

10. ballet dancer ['bæleɪ 'dɑːnsə(r)]
diễn viên balê

11. ballerina [ˌbæləˈriːnə]
nữ diễn viên balê

E. Music club ['mjuːzɪk klʌb] – *Câu lạc bộ âm nhạc*

12 singer
['sɪŋə(r)]
ca sĩ

F. Movies ['muːviz] – *Phim ảnh*

 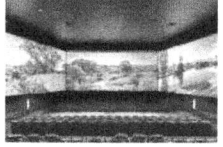  

13 (movie) theater
['muːvi 'θɪətə(r)]
rạp chiếu phim

14 (movie) screen
['muːvi skriːn]
màn ảnh (chiếu phim)

15 actress
['æktrəs]
nữ diễn viên

16 actor ['æktə(r)]
nam diễn viên

G. Comedy club ['kɒmədi klʌb] – *Câu lạc bộ hài kịch*

17 comedian
[kə'miːdiən]
diễn viên hài

H. Circus ['sɜːkəs] – *Xiếc*

18 clown
[klaʊn]
chú hề

19 acrobat
['ækrəbæt]
Người biểu diễn nhào lộn

20 tent
[tent]
lều, rạp

21 magician
[mə'dʒɪʃn]
ảo thuật gia

TOPIC 123 — Types of Entertainment – *Các loại hình giải trí*

A. Music ['mjuːzɪk] – *Âm nhạc*

1. classical music ['klæsɪkl mjuːzɪk] *nhạc cổ điển*
2. popular music ['pɒpjələ(r) mjuːzɪk] *nhạc đại chúng*
3. country music ['kʌntri mjuːzɪk] *nhạc đồng quê*
4. rock music [rɒk mjuːzɪk] *nhạc rock*

5. folk music [fəʊk mjuːzɪk] *nhạc dân tộc*
6. rap music [ræp mjuːzɪk] *nhạc rap*
7. gospel music ['gɒspl mjuːzɪk] *nhạc thánh ca*
8. jazz [dʒæz] *nhạc jazz*

9. blues [bluːz] *nhạc blue*
10. bluegrass ['bluːgrɑːs] *nhạc bluegrass (một loại nhạc đồng quê Mỹ)*
11. hip hop ['hɪp hɒp] *nhạc hip hop*

12. reggae ['regeɪ] *nhạc reggae (một loại nhạc có tiết tấu mạnh, có nguồn gốc từ Jamaica)*

B. Plays [pleɪz] – *Kịch nghệ*

¹³ drama
['drɑːmə]
kịch, tuồng

¹⁴ comedy
['kɒmədi]
hài kịch

¹⁵ tragedy
['trædʒədi]
bi kịch

¹⁶ musical (comedy)
['mjuːzɪkl 'kɒmədi]
ca kịch (hài)

C. Movies/films ['muːviz/fɪlmz] – *Phim ảnh*

¹⁷ drama
['drɑːmə]
phim tâm lý xã hội

¹⁸ comedy
['kɒmədi]
phim hài

¹⁹ western
['westən]
phim cao bồi

²⁰ mystery ['mɪstri]
phim trinh thám

²¹ musical
['mjuːzɪkl]
phim ca nhạc

²² cartoon
[kɑːtuːn]
phim hoạt hình

²³ documentary
[ˌdɒkju'mentri]
phim tài liệu

²⁴ action movie
['ækʃn muːvi]

²⁵ adventure movie
[əd'ventʃə(r) muːvi]
phim hành động/phim phiêu lưu mạo hiểm

²⁶ war movie
[wɔː(r) muːvi]
phim chiến tranh

²⁷ horror movie
['hɒrə(r) muːvi]
phim kinh dị

²⁸ science fiction movie
[ˌsaɪəns 'fɪkʃn muːvi]
phim khoa học viễn tưởng

²⁹ foreign film
['fɒrən fɪlm]
phim nước ngoài

D. TV programs [ˌtiː ˈviː ˈprəʊɡræmz] – *Chương trình truyền hình*

³⁰ drama
['drɑːmə]
kịch nói, tuồng

³¹ (situation) comedy/sitcom
[ˌsɪtʃuˈeɪʃn ˈkɒmədi/ˈsɪtkɒm]
kịch truyền hình

³² talk show [tɔːk ʃəʊ]
chương trình trò chuyện với người nổi tiếng

³³ game show/quiz show
[ɡeɪm ʃəʊ/kwɪz ʃəʊ]
chương trình trò chơi truyền hình/chương trình đố vui có thưởng

³⁴ reality show
[riˈæləti ʃəʊ]
chương trình truyền hình thực tế

³⁵ soap opera
[ˈsəʊp ɒprə]
kịch truyền hình

³⁶ cartoon [kɑːˈtuːn]
phim hoạt hình

³⁷ children's program
[ˈtʃɪldrən ˈprəʊɡræm]
chương trình thiếu nhi

³⁸ news program
[njuːz ˈprəʊɡræm]
chương trình tin tức

³⁹ sports program
[spɔːts ˈprəʊɡræm]
chương trình thể thao

⁴⁰ nature program
[ˈneɪtʃə(r) ˈprəʊɡræm]
chương trình thế giới tự nhiên

⁴¹ shopping program
[ˈʃɒpɪŋ ˈprəʊɡræm]
chương trình mua sắm trên truyền hình

TOPIC 124 — Musical Instruments – *Nhạc cụ*

A. Strings [strɪŋz] – *Đàn dây*

1. violin [ˌvaɪə'lɪn]
đàn violon; đàn vĩ cầm

2. viola [vi'əʊlə]
đàn viloa

3. cello ['tʃeləʊ]
đàn violoncello; đại hồ cầm

4. bass [beɪs]
đàn contrabass

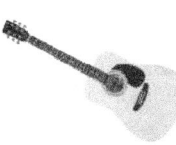

5. (acoustic) guitar [ə'kuːstɪk gɪ'tɑː(r)]
ghi ta thùng

6. electric guitar [ɪ'lektrɪk gɪ'tɑː(r)]
ghi ta điện

7. banjo ['bændʒəʊ]
đàn banjo

8. harp [hɑːp]
đàn hạc

B. Woodwinds ['wʊdwɪndz] – *Sáo/kèn*

9. piccolo ['pɪkələʊ]
sáo kim

10. flute [fluːt]
sáo ống

11. clarinet [ˌklærə'net]
clarinet

12. oboe ['əʊbəʊ]
kèn ô boa

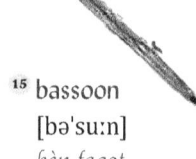

13. recorder [rɪ'kɔːdə(r)]
ống tiêu bè trầm

14. saxophone ['sæksəfəʊn]
kèn xắcxô

15. bassoon [bə'suːn]
kèn fagot

C. Brass [brɑːs] – *Kèn đồng*

   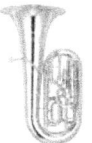

¹⁶ trumpet
['trʌmpɪt]
kèn trumpet

¹⁷ trombone
[trɒm'bəʊn]
kèn trombon

¹⁸ French horn
[frentʃ hɔːn]
kèn co

¹⁹ tuba
['tjuːbə]
kèn tuba

D. Percussion [pə'kʌʃn] – *Bộ gõ*

²¹ cymbals
['sɪmblz]
cái chũm chọe

²² tambourine
[ˌtæmbə'riːn]
trống lục lạc

²³ xylophone
['zaɪləfəʊn]
đàn phiến gỗ, mộc cầm

²⁰ drums
[drʌmz]
trống

E. Keyboard Instruments ['kiːbɔːd 'ɪnstrəmənts] – *Các nhạc cụ có phím*

²⁴ piano
[pi'ænəʊ]
đàn piano; dương cầm

²⁵ electric keyboard
[ɪ'lektrɪk 'kiːbɔːd]
keyboard điện

²⁶ organ
['ɔːgən]
đàn organ

F. Other Instruments ['ʌðə(r) 'ɪnstrəməntz] – *Các loại nhạc cụ khác*

²⁷ accordion
[ə'kɔːdiən]
phong cầm; đàn xếp

²⁸ harmonica
[hɑːmɒnɪkə]
kèn acmonica

TOPIC 125: The Farm and Farm Animals – *Nông trại và gia súc*

1. farmhouse ['fɑːmhaʊs] — *nhà của chủ trang trại*
2. farmer ['fɑːmə(r)] — *chủ trang trại*
3. (vegetable) garden ['vedʒtəbl 'gɑːdn] — *vườn (rau)*
4. scarecrow ['skeəkrəʊ] — *người rơm bù nhìn*

5. hay [heɪ] — *cỏ khô*
6. hired hand [ˌhaɪəd 'hænd] — *người làm thuê theo thời vụ*
7. barn [bɑːn] — *nhà kho*
8. stable ['steɪbl] — *chuồng ngựa*

9. horse [hɔːs] — *ngựa*
10. barnyard ['bɑːnjɑːd] — *chuồng gia súc*
11. turkey ['tɜːki] — *gà tây*
12. goat [gəʊt] — *dê*

13. lamb [læm] — *cừu*
14. rooster ['ruːstə(r)] — *gà trống*
15. pigpen ['pɪgpen] — *chuồng lợn*
16. pig [pɪg] — *lợn/heo*

¹⁷ chicken coop ['tʃɪkɪn kuːp] *chuồng gà*

¹⁸ chicken ['tʃɪkɪn] *gà*

¹⁹ hen house [hen haʊs] *chuồng gà mái*

²⁰ hen [hen] *gà mái*

²¹ crop [krɒp] *vụ mùa*

²² irrigation system [ˌɪrɪ'geɪʃn 'sɪstəm] *hệ thống tưới tiêu*

²³ tractor ['træktə(r)] *máy cày*

²⁴ field [fiːld] *cánh đồng*

²⁵ pasture ['pɑːstʃə(r)] *đồng cỏ*

²⁶ cow [kaʊ] *bò sữa*

²⁷ sheep [ʃiːp] *cừu*

²⁸ orchard ['ɔːtʃəd] *vườn cây ăn quả*

²⁹ fruit tree [fruːt triː] *cây ăn trái*

³⁰ farm worker [fɑːm 'wɜːkə(r)] *công nhân làm việc trong nông trại*

³¹ alfalfa [æl'fælfə] *cỏ linh lăng*

³² corn [kɔːn] *cây bắp/ngô*

³³ cotton ['kɒtn] *cây bông*

³⁴ rice [raɪs] *cây lúa*

³⁵ soybeans ['sɔɪbiːnz] *cây đậu tương*

³⁶ wheat [wiːt] *cây lúa mì*

TOPIC 126 — Animals and Pets – *Thú rừng và thú nuôi*

¹ moose [muːs]
nai sừng (sống ở Bắc Mỹ, Bắc Âu và châu Á)

² antler ['æntlə(r)]
gạc

³ polar bear ['pəʊlə beə(r)]
gấu trắng Bắc cực

⁴ deer [dɪə(r)]
nai; hươu

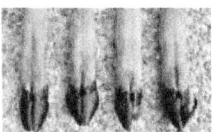  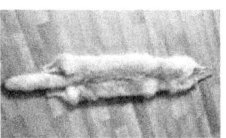 

⁵ hoof-hooves [huːf huːvz]
móng guốc

⁶ wolf-wolves [wʊlf wʊlvz]
chó sói

⁷ coat/fur [kəʊt/fɜː(r)]
lông thú

⁸ (black) bear [blæk beə(r)]
gấu (đen)

⁹ claw [klɔː]
vuốt

¹⁰ mountain lion ['maʊntən laɪən]
báo sư tử

¹¹ (grizzly) bear [ˌgrɪzli 'beə(r)]
gấu Bắc Mỹ

¹² buffalo/bison ['bʌfələʊ/'baɪsn]
bò rừng

¹³ coyote [kaɪ'əʊti]
chó sói châu Mỹ

¹⁴ fox [fɒks]
cáo

¹⁵ skunk [skʌŋk]
con chồn

¹⁶ porcupine ['pɔːkjupaɪn]
nhím

¹⁷ quill [kwɪl]
lông nhím

¹⁸ rabbit ['ræbɪt]
thỏ

¹⁹ beaver ['biːvə(r)]
hải ly

²⁰ raccoon [rə'kuːn]
gấu trúc Bắc Mỹ

  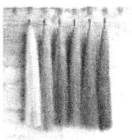 

²¹ possum/opossum ['pɒsəm/ ə'pɒsəm]
thú có túi

²² horse [hɔːs]
ngựa

²³ tail [teɪl]
đuôi ngựa

²⁴ pony ['pəʊni]
ngựa Pony (giống ngựa nhỏ)

²⁵ donkey ['dɒŋki]
con lừa

²⁶ armadillo [ˌɑːmə'dɪləʊ]
con talu

²⁷ bat [bæt]
con dơi

²⁸ worm [wɜːm]
giun, sâu

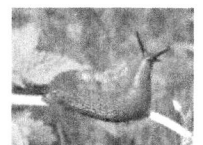   

²⁹ slug [slʌg]
con sên

³⁰ monkey ['mʌŋki]
con khỉ

³¹ anteater ['ænti:tə(r)]
thú ăn kiến

³² llama ['lɑːmə]
lạc đà không bướu

 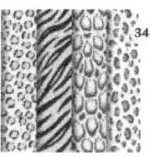

³³ jaguar ['dʒægjuə(r)]
báo đốm Mỹ

³⁴ spots [spɒts]
đốm

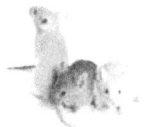   

³⁵ mouse-mice [maʊs maɪs] *con chuột*
³⁶ rat [ræt] *chuột cống*
³⁷ chipmunk ['tʃɪpmʌŋk] *sóc chuột*
³⁸ squirrel ['skwɪrəl] *sóc chuột*

³⁹ gopher ['gəʊfə(r)] *chuột túi Bắc Mỹ*
⁴⁰ prairie dog ['preəri dɒg] *cầy thảo nguyên*
⁴¹ cat [kæt] *mèo*
⁴² whiskers ['wɪskə(r)z] *ria mèo*

⁴³ kitten ['kɪtn] *mèo con*
⁴⁴ dog [dɒg] *chó*
⁴⁵ puppy ['pʌpi] *chó con*
⁴⁶ hamster ['hæmstə(r)] *chuột túi má (hamster)*

⁴⁷ gerbil ['dʒɜːbɪl] *chuột nhảy*
⁴⁸ guinea pig ['gɪni pɪg] *chuột lang*
⁴⁹ goldfish ['gəʊldfɪʃ] *cá vàng*
⁵⁰ canary [kə'neəri] *chim hoàng yến*

⁵¹ parakeet ['pærəkiːt] *vẹt đuôi dài*
⁵² antelope ['æntɪləʊp] *sơn dương*
⁵³ baboon [bə'buːn] *khỉ đầu chó*
⁵⁴ rhinoceros [raɪ'nɒsərəs] *tê giác*

  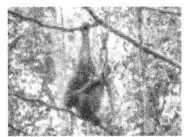 

⁵⁵ horn [hɔːn] *sừng*   ⁵⁶ panda ['pændə] *gấu trúc*   ⁵⁷ orangutan [ɔːˌræŋuːˈtæn] *đười ươi*   ⁵⁸ panther ['pænθə(r)] *báo đen*

  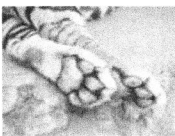 

⁵⁹ gibbon ['gɪbən] *con vượn*   ⁶⁰ tiger ['taɪgə(r)] *hổ*   ⁶¹ paw [pɔː] *chân (có vuốt)*   ⁶² camel ['kæml] *lạc đà*   ⁶³ hump [hʌmp] *cái bướu*

 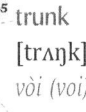   

⁶⁵ trunk [trʌŋk] *vòi (voi)*

⁶⁴ elephant ['elɪfənt] *voi*   ⁶⁶ tusk [tʌsk] *ngà voi*   ⁶⁷ hyena [haɪˈiːnə] *linh cẩu*   ⁶⁸ lion ['laɪən] *sư tử*   ⁶⁹ mane [meɪn] *bờm (sư tử)*   ⁷⁰ giraffe [dʒəˈrɑːf] *hươu cao cổ*

   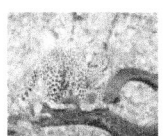

⁷¹ zebra ['zebrə] *ngựa vằn*   ⁷² stripes [straɪps] *sọc; vằn*   ⁷³ chimpanzee [ˌtʃɪmpænˈziː] *hắc tinh tinh*   ⁷⁴ hippopotamus [ˌhɪpəˈpɒtəməs] *hà mã*   ⁷⁵ leopard ['lepəd] *báo hoa mai*

⁷⁸ pouch [paʊtʃ] *túi (của kanguru)*

⁷⁶ gorilla [gəˈrɪlə] *khỉ đột*   ⁷⁷ kangaroo [ˌkæŋɡəˈruː] *kanguru*   ⁷⁹ koala (bear) [kəʊˈɑːlə beə(r)] *gấu túi*   ⁸⁰ platypus ['plætɪpəs] *thú mỏ vịt*

TOPIC 127 — Birds and Insects – *Chim chóc và côn trùng*

A. Birds [bɜːdz] – *Chim*

³ egg [eg]
trứng (chim)

⁵ wing [wɪŋ]
cánh (chim)

⁶ tail [teɪl]
đuôi (chim)

¹ robin ['rɒbɪn]
chim cổ đỏ

² nest [nest]
tổ (chim)

⁴ blue jay [bluː dʒeɪ]
chim giẻ cùi xanh

⁷ feather
['feðə(r)]
lông (chim)

⁸ cardinal
['kɑːdɪnl]
chim hồng y

⁹ crow
[krəʊ]
quạ

¹⁰ seagull
['siːgʌl]
hải âu

¹² beak
[biːk]
mỏ (chim)

¹¹ woodpecker
['wʊdpekə(r)]
chim gõ kiến

¹³ pigeon ['pɪdʒɪn]
chim bồ câu

¹⁴ owl [aʊl]
chim cú

¹⁵ hawk
[hɔːk]
diều hâu

¹⁷ claw
[klɔː]
vuốt

¹⁶ eagle
['iːgl]
đại bàng

¹⁸ swan
[swɒn]
thiên nga

¹⁹ hummingbird
['hʌmɪŋbɜːd]
chim ruồi

²¹ bill [bɪl]
mỏ (vịt)

²⁰ duck
[dʌk]
con vịt

²² sparrow
['spærəʊ]
chim sẻ

²³ goose-geese
[guːs giːs]
con ngỗng

²⁴ penguin
['peŋgwɪn]
chim cánh cụt

²⁵ flamingo
[fləˈmɪŋgəʊ]
hồng hạc

²⁶ crane
[kreɪn]
sếu

²⁷ stork
[stɔːk]
con cò

²⁸ pelican
['pelɪkən]
bồ nông

²⁹ peacock
['piːkɒk]
con công

³⁰ parrot
['pærət]
vẹt

³¹ ostrich
['ɒstrɪtʃ]
đà điểu

B. Insects ['ɪnsekts] – Côn trùng

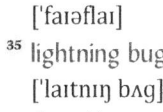

³² fly [flaɪ]
con ruồi

³³ ladybug
['leɪdibʌg]
bọ rùa

³⁴ firefly
['faɪəflaɪ]

³⁵ lightning bug
['laɪtnɪŋ bʌg]
đom đóm

³⁶ moth ['mɒθ]
bướm đêm

 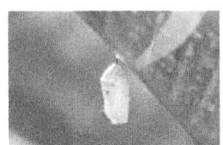  

37 caterpillar ['kætəpɪlə(r)] *con sâu bướm*

38 cocoon [kə'ku:n] *cái kén*

39 butterfly ['bʌtəflaɪ] *con bướm*

40 tick [tɪk] *con ve*

41 mosquito [mə'ski:təʊ] *con muỗi*

42 dragonfly ['drægənflaɪ] *chuồn chuồn*

43 spider ['spaɪdə(r)] *con nhện*

44 web [web] *màng nhện*

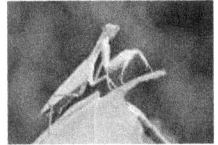  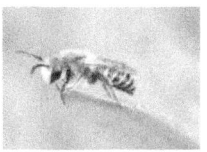 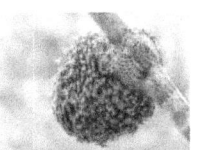

45 praying mantis [,preɪɪŋ 'mæntɪs] *bọ ngựa*

46 wasp [wɒsp] *ong vò vẽ*

47 bee [bi:] *con ong*

48 beehive ['bi:haɪv] *tổ ong*

49 grasshopper ['grɑ:shɒpə(r)] *con cào cào*

50 beetle ['bi:tl] *bọ cánh cứng*

51 scorpion ['skɔ:piən] *con bò cạp*

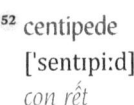 **52** centipede ['sentɪpi:d] *con rết*

 **53** cricket ['krɪkɪt] *con dế*

TOPIC 128

Fish, Sea Animals, and Reptiles
Cá, động vật biển và các loại bò sát

A. Fish [fɪʃ] – Cá

² scales [skeɪlz] vảy (cá)

³ fin [fɪn] vây (cá)

⁴ gill [gɪl] mang (cá)

¹ trout [traʊt] cá hồi

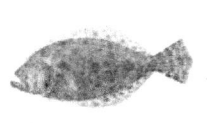
⁵ flounder ['flaʊndə(r)] cá bơn

⁶ tuna ['tjuːnə] cá ngừ

⁷ swordfish ['sɔːdfɪʃ] cá kiếm

⁸ bass [beɪs] cá vược

⁹ shark [ʃɑːk] cá mập

¹⁰ eel [iːl] cá chình

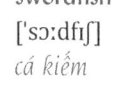
¹¹ cod [kɒd] cá tuyết

¹² ray/stingray [reɪ/'stɪŋreɪ] cá đuối

¹³ sea horse [siː hɔːs] cá ngựa/hải mã

B. Sea Animals [siː 'ænɪmlz] – Động vật biển

¹⁴ whale [weɪl] cá voi

¹⁵ dolphin ['dɒlfɪn] cá heo

¹⁶ porpoise ['pɔːpəs] cá heo mỏ ngắn

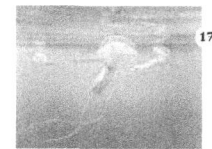
¹⁷ jellyfish ['dʒelifɪʃ] con sứa

¹⁸ octopus ['ɒktəpəs] con bạch tuộc

¹⁹ tentacle ['tentəkl] xúc tu

    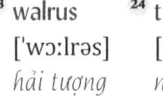

²⁰ seal [si:l] ²¹ sea lion [si: 'laɪən] ²² otter ['ɒtə(r)] ²³ walrus ['wɔ:lrəs] ²⁴ tusk [tʌsk]
hải cẩu *sư tử biển/ hải sư* *rái cá* *hải tượng* *nanh*

²⁵ crab [kræb] ²⁶ squid [skwɪd] ²⁷ snail [sneɪl] ²⁸ starfish ['stɑ:fɪʃ]
con cua *con mực* *ốc sên* *sao biển*

²⁹ sea urchin [si: 'ɜ:tʃɪn] ³⁰ sea anemone [si: ə'neməni]
nhím biển *rong; cỏ chân ngỗng*

C. Amphibians and Reptiles [æm'fɪbɪənz ənd 'reptaɪlz] – *Động vật lưỡng cư và bò sát*

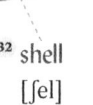

³¹ tortoise ['tɔ:təs] ³² shell [ʃel] ³³ turtle ['tɜ:tl] ³⁴ alligator ['ælɪgeɪtə(r)] ³⁵ crocodile ['krɒkədaɪl]
rùa *mai/mu* *ba ba* *cá sấu châu Mỹ* *cá sấu (châu Phi)*

³⁶ lizard ['lɪzəd] ³⁷ iguana [ɪ'gwɑ:nə] ³⁸ frog [frɒg] ³⁹ newt [nju:t]
thằn lằn *kỳ đà* *con ếch* *sa giông*

   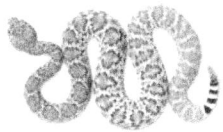

40 salamander
['sæləmændə(r)]
kỳ nhông

41 toad
[təʊd]
con cóc

42 snake
[sneɪk]
con rắn

43 rattlesnake
['rætlsneɪk]
rắn chuông

  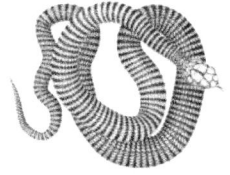

44 boa constrictor
['bəʊə kənstrɪktə(r)]
con trăn

45 cobra
['kəʊbrə]
rắn hổ mang

46 boomslang
['buːmslæŋ]
rắn boomslang

47 chameleon
[kə'miːliən]
tắc kè hoa

48 gecko
['gekəʊ]
tắc kè

49 asp
[æsp]
rắn mào

50 hyla
[haɪlə]
nhái bén

51 bullfrog
['bʊlfrɒg]
ễnh ương

52 mudskipper
['mʌdskɪpə(r)]
cá thòi lòi

53 Komodo dragon
[kəˌməʊdəʊ 'drægən]
rồng Komodo

TOPIC 129 — Trees, Plants, and Flowers – *Cây, cây cảnh và hoa*

   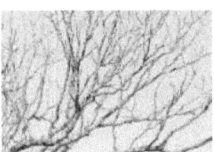

¹ tree [tri:] *cây*
² leaf-leaves [li:f li:vz] *lá*
³ twig [twɪg] *cành con*
⁴ branch [brɑ:ntʃ] *nhánh*

⁵ limb [lɪm] *cành to*
⁶ trunk [trʌŋk] *thân cây*
⁷ bark [bɑ:k] *vỏ cây*
⁸ root [ru:t] *rễ cây*

⁹ needle ['ni:dl] *lá kim*
¹⁰ pine cone ['paɪn kəʊn] *quả thông*
¹¹ dogwood ['dɒgwʊd] *cây sơn thù du*
¹² holly ['hɒli] *cây nhựa ruồi*

¹³ magnolia [mæg'nəʊliə] *cây mộc lan*
¹⁴ elm [elm] *cây du*

¹⁵ cherry ['tʃeri]
cây anh đào

¹⁶ palm [pɑ:m]
cây cọ dừa

¹⁷ birch [bɜ:tʃ]
cây phong; cây bulô

¹⁸ maple ['meɪpl]
cây thích

¹⁹ oak
[əʊk]
cây sồi

²⁰ pine
[paɪn]
cây thông

²¹ redwood
['redwʊd]
cây gỗ đỏ

²² (weeping) willow
['wi:pɪŋ 'wɪləʊ]
cây liễu

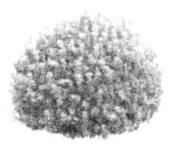  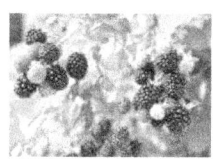 

²³ bush
[bʊʃ]
bụi cây

²⁴ holly ['hɒli]
bụi nhựa ruồi

²⁵ berries ['beri]
quả mọng

²⁶ shrub
[ʃrʌb]
cây bụi

²⁷ fern [fɜ:n]
cây dương xỉ

²⁸ plant
[plɑ:nt]
cây cảnh

²⁹ cactus-cacti
['kæktəs 'kæktaɪ]
cây xương rồng

³⁰ vine
[vaɪn]
cây leo

31 poison ivy [ˌpɔɪzn 'aɪvi] *thường xuân độc*

32 poison sumac [ˌpɔɪzn sʌmæk] *sơn độc*

33 poison oak [ˌpɔɪzn əʊk] *sồi độc*

34 bulb [bʌlb] *củ hoa*

36 petal ['petl] *cánh hoa*

37 stem [stem] *cuống hoa*

38 bud [bʌd] *nụ hoa*

39 thorn [θɔːn] *gai*

35 flower ['flaʊə(r)] *bông hoa*

40 chrysanthemum [krɪ'sænθəməm] *hoa cúc vàng*

41 daffodil ['dæfədɪl] *hoa thủy tiên*

42 daisy ['deɪzi] *hoa cúc trắng*

43 marigold ['mærigəʊld] *cúc vạn thọ*

44 carnation [kɑːˈneɪʃn] *hoa cẩm chướng*

45 gardenia [gɑːˈdiːniə] *hoa dành dành*

46 lily ['lɪli] *hoa loa kèn*

47 iris ['aɪrɪs] *hoa irit*

48 pansy ['pænzi] *hoa păng sê*

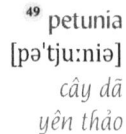   

49 petunia [pə'tjuːniə] *cây dã yên thảo*

50 orchid ['ɔːkɪd] *hoa lan*

51 rose [rəʊz] *hoa hồng*

⁵² sunflower ['sʌnflaʊə(r)] *hoa hướng dương*

⁵³ crocus ['krəʊkəs] *hoa nghệ tây*

⁵⁴ tulip ['tjuːlɪp] *hoa tu lip*

⁵⁵ geranium [dʒə'reɪniəm] *hoa phong lữ*

⁵⁶ violet ['vaɪələt] *hoa violet, hoa đồng thảo*

⁵⁷ poinsettia [ˌpɔɪn'setɪə] *hoa trạng nguyên*

⁵⁸ jasmine ['dʒæzmɪn] *hoa nhài*

⁵⁹ hibiscus [hɪ'bɪskəs] *hoa dâm bụt*

⁶⁰ poppy ['pɒpi] *hoa anh túc*

⁶¹ camomile ['kæməmaɪl] *cúc la mã*

⁶² lilac ['laɪlək] *hoa tử đinh hương*

⁶³ lotus ['ləʊtəs] *hoa sen*

⁶⁴ peony ['piːəni] *hoa mẫu đơn*

⁶⁵ hyacinth ['haɪəsɪnθ] *hoa lan dạ hương*

TOPIC 130 — Energy, Conservation, and Environment
Năng lượng, sự bảo toàn năng lượng và môi trường

A. Sources of Energy [sɔːs əv 'enədʒi] – *Nguồn năng lượng*

1. oil/petroleum [ɔɪl/pə'trəʊliəm] *dầu/dầu mỏ*
2. (natural) gas [,nætʃrəl 'gæs] *khí (tự nhiên)/gas*
3. coal [kəʊl] *than đá*
4. nuclear energy [,njuːkliər 'enədʒi] *năng lượng hạt nhân*

5. solar energy ['səʊlə(r) 'enədʒi] *năng lượng mặt trời*
6. hydroelectric power [,haɪdrəʊɪ'lektrɪk 'paʊə(r)] *thủy điện*
7. wind [wɪnd] *sức gió*
8. geothermal energy [,dʒiːəʊ'θɜːml] *điện nhiệt năng*

B. Conservation [,kɒnsə'veɪʃn] – *Sự bảo toàn*

9. recycle [,riː'saɪkl] *tái chế*
10. save energy [seɪv 'enədʒi]
11. conserve energy [kən'sɜːv 'enədʒi] *tiết kiệm năng lượng / bảo toàn năng lượng*
12. save water [seɪv 'wɔːtə(r)]
13. conserve water [kən'sɜːv 'wɔːtə(r)] *tiết kiệm nước*
14. carpool ['kɑːpuːl] *dùng chung xe*

C. Environmental Problems [ɪnˌvaɪrənˈmentl ˈprɒbləmz] – *Các vấn đề môi trường*

¹⁵ air pollution
[eə(r) pəˈluːʃn]
ô nhiễm không khí

¹⁶ water pollution
[ˈwɔːtə(r) pəˈluːʃn]
ô nhiễm nước

¹⁷ hazardous waste/toxic waste
[ˈhæzədəs weɪst/ ˈtɒksɪk weɪst]
chất thải độc hại

¹⁸ acid rain
[ˌæsɪd ˈreɪn]
mưa acid

¹⁹ radiation
[ˌreɪdiˈeɪʃn]
phóng xạ

²⁰ global warming
[ˌɡləʊbl ˈwɔːmɪŋ]
sự nóng dần lên của trái đất

²¹ land degradation
[lænd ˌdeɡrəˈdeɪʃn]
xói mòn đất

²² oil spill
[ɔɪl spɪl]
tràn dầu

²³ wildfire
[ˈwaɪldfaɪər]
cháy rừng

²⁴ soil pollution
[sɔɪl pəˈluːʃn]
ô nhiễm đất

²⁵ noise pollution
[nɔɪz pəˈluːʃn]
ô nhiễm tiếng ồn

²⁶ light pollution
[laɪt pəˈluːʃn]
ô nhiễm ánh sáng

TOPIC 131 — Natural Disasters – *Thiên tai*

1 earthquake
['ɜːθkweɪk]
động đất

2 hurricane
['hʌrɪkən]
bão gió cấp 8

3 typhoon
[taɪ'fuːn]
bão nhiệt đới

4 blizzard
['blɪzəd]
trận bão tuyết

5 tornado
[tɔː'neɪdəʊ]
lốc xoáy

6 flood
[flʌd]
lũ lụt

7 tsunami
[tsuː'nɑːmi]
sóng thần

8 drought
[draʊt]
hạn hán

9 forest fire
['fɒrɪst 'faɪə(r)]
cháy rừng

10 wildfire
['waɪldfaɪə(r)]
cháy đồi cỏ

11 landslide
['lændslaɪd]
lở đất

12 mudslide
['mʌdslaɪd]
lở bùn

13 avalanche
['ævəlɑːnʃ]
tuyết lở

14 volcanic eruption
[vɒl'kænɪk ɪ'rʌpʃn]
núi lửa phun trào

TOPIC 132 — Forms of Identification – *Các loại giấy tờ tùy thân*

1 driver's license
['draɪvəz laɪsns]
Giấy phép lái xe

2 social security card
['səʊʃl sɪ'kjʊərəti kɑːd]
Thẻ An Sinh Xã Hội

3 student I.D. card
['stjuːdnt ˌaɪ 'diː kɑːd]
Thẻ sinh viên

4 employee I.D. badge
[ɪm'plɔɪiː ˌaɪ 'diː bædʒ]
Thẻ nhận dạng nhân viên

5 permanent resident card
['pɜːmənənt 'rezɪdənt kɑːd]
Thẻ thường trú

6 passport
['pɑːspɔːt]
Hộ chiếu

7 Visa ['viːzə]
Thị thực/Visa

8 work permit
[wɜːk pə'mɪt]
Giấy phép lao động

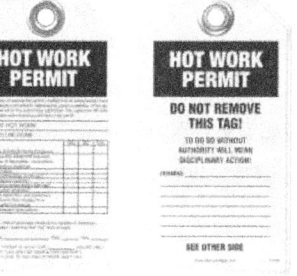

10 proof of residence
[ˌpruːf əv 'rezɪdənt]
Chứng minh cư trú

9 birth certificate
['bɜːθ sətɪfɪkət]
Giấy khai sinh

TOPIC 133: U.S. Government – *Chính phủ Mỹ*

A. Legislative branch ['ledʒɪslətɪv brɑːntʃ] – *Ngành Lập pháp*

¹ makes the laws
[meɪk ðə lɔːz]
Làm luật

² representatives/congressmen and congresswomen
[ˌreprɪ'zentətɪvz/'kɒŋgresmən ənd 'kɒŋgreswɪmɪn]
đại biểu nghị sĩ quốc hội (nam/nữ)

³ house of representatives
[haʊs əv ˌreprɪ'zentətɪvz]
Hạ viện

⁴ senators
['senətə(r)z]
Thượng nghị sĩ

⁵ senate
['senət]
Thượng viện

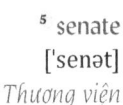 

⁶ Capitol Building
['kæpɪtl 'bɪldɪŋ]
Tòa nhà quốc hội

B. Executive branch [ɪg'zekjətɪv brɑːntʃ] – *Ngành Hành pháp*

⁷ enforce the laws
[ɪn'fɔːs ðə lɔː]
Thi hành pháp

⁸ president
['prezɪdənt]
Tổng Thống

⁹ vice-president
[ˌvaɪs 'prezɪdənt]
Phó Tổng thống

¹⁰ cabinet
['kæbɪnət]
Nội các

¹¹ White House
['waɪt haʊs]
Nhà Trắng

C. Judicial branch [dʒu'dɪʃl brɑːntʃ] – *Ngành Tư pháp*

¹² explain the laws
[ɪk'spleɪn ðə lɔː]
giải thích luật

¹³ Supreme Court justice
[suː'priːm kɔːt 'dʒʌstɪs]
Thẩm phán tòa án tối cao

¹⁴ Chief justice
[ˌtʃiːf 'dʒʌstɪs]
Chánh án

¹⁵ Supreme Court
[suː'priːm kɔːt]
Tòa án Tối cao

¹⁶ Supreme Court Building
[suː'priːm kɔːt 'bɪldɪŋ]
Tòa nhà tòa án tối cao

¹⁷ Appellate court
[ə'pelət kɔːt]
Tòa phúc thẩm

¹⁸ judge
[dʒʌdʒ]
thẩm phán

¹⁹ plaintiff
['pleɪntɪf]
nguyên đơn

²⁰ defendant
[dɪ'fendənt]
bị cáo

TOPIC 134: The Constitution and The Bill of Rights
Hiến pháp và tuyên ngôn nhân quyền

A. The Constitution [ðə ˌkɒnstɪˈtjuːʃn] – *Hiến pháp*

² the Preamble [ðə priˈæmbl]
Lời mở đầu của Hiến pháp

¹ "the supreme law of the land"
[ðə suːˈpriːm lɔː əv ðə lænd]
"Bộ luật tối cao" của đất nước

B. The Bill of Rights [ðə ˌbɪl əv ˈraɪts] – *Tuyên ngôn Nhân quyền*

³ the first 10 amendments to the Constitution
[ðə fɜːst ten əˈmendmənts tu ðə ˌkɒnstɪˈtjuːʃn]
Mười lần sửa đổi đầu tiên của Hiến pháp

C. The 1st Amendment [ðə fɜːst əˈmendmənt] – *Lần sửa đổi thứ nhất của Hiến pháp Mỹ*

⁴ freedom of speech
[ˈfriːdəm əv spiːtʃ]
Tự do ngôn luận

⁵ freedom of the press
[ˈfriːdəm əv ðə pres]
Tự do báo chí

⁶ freedom of religion
[ˈfriːdəm əv rɪˈlɪdʒən]
Tự do tôn giáo

⁷ freedom of assembly
[ˈfriːdəm əv əˈsembli]
Tự do hội họp

D. Other Amendments [ˈʌðə(r) əˈmendmənts] – *Những lần sửa đổi Hiến pháp khác*

⁸ ended slavery
[end ˈsleɪvəri]
Xóa bỏ chế độ nô lệ

⁹ gave African-Americans the right to vote
[geɪv ˌæfrɪkən əˈmerɪkənz ðə raɪt tuː vəʊt]
Cho phép người Mỹ gốc Phi có quyền bầu cử

¹⁰ established income taxes
[ɪˈstæblɪʃt ˈɪnkʌm tæksɪz]
Thiết lập thuế thu nhập

¹¹ gave women the right to vote
[geɪv ˈwɪmɪn ðə raɪt tuː vəʊt]
Cho phép phụ nữ có quyền bầu cử

¹² gave citizens eighteen years and older the right to vote
[geɪv ˈsɪtɪznz ˌeɪˈtiːn jɪə(r)z ənd ˈəʊldə(r) ðə raɪt tuː vəʊt]
Cho phép công dân 18 tuổi trở lên được quyền bỏ phiếu bầu cử

¹³ banned poll taxes in federal elections
[bænd pəʊl ˈtæksɪz ɪn ˈfedərəl ɪˈlekʃənz]
cấm đánh thuế bầu cử trong các cuộc bầu cử liên bang

¹⁴ limited presidential terms
[ˈlɪmɪtɪd ˌprezɪˈdenʃəl tɜːmz]
giới hạn nhiệm kỳ của tổng thống

TOPIC 135 Holidays – *Các ngày lễ*

¹ New Year's Day
[ˌnju: jɪəz 'deɪ]
Lễ mừng năm mới

² Martin Luther King, Jr. Day
[ˌmɑ:tɪn ˌlu:θə ˌkɪŋ 'dʒu:niər deɪ]
Ngày kỷ niệm Martin Luther King

³ Valentine's Day
['væləntaɪnz deɪ]
Lễ tình nhân

⁴ Memorial Day
[məˈmɔ:riəl deɪ]
Ngày kỉ niệm các liệt sĩ

⁵ Independence Day/the Fourth of July
[ˌɪndɪˈpendəns deɪ/ðə ˌfɔ:θ əv dʒuˈlaɪ]
Ngày độc lập Hoa Kỳ/ngày 4 tháng Bảy

⁶ Halloween
[ˌhæləʊˈi:n]
Halloween

⁷ Veterans Day
['vetərənz deɪ]
ngày Cựu chiến binh

⁸ Thanksgiving
[ˌθæŋksˈgɪvɪŋ]
lễ tạ ơn

⁹ Christmas
['krɪsməs]
Giáng sinh

¹⁰ Ramadan
['ræmədæn]
lễ Ramadan

¹¹ Kwanzaa
['kwænzɑ:]
lễ Kwanzaa

¹² Hanukkah
['hænʊkə]
lễ Hanukkah

TOPIC 136 — The Legal System – *Hệ thống luật pháp*

A. Be arrested [bi əˈrestɪd] – *Bị bắt*

¹ police officer [pəˈliːs ˈɒfɪsə(r)] cảnh sát

² suspect [səˈspekt] nghi phạm

³ handcuffs [ˈhændkʌfs] còng tay

⁴ Miranda rights [mɪˈrændə raɪts] Quyền Miranda (nghi phạm có quyền được giữ im lặng)

B. Be booked at the police station [bi bʊk ət ðə pəˈliːs steɪʃn] – *Bị giữ ở đồn cảnh sát*

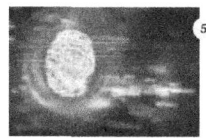

⁵ fingerprints [ˈfɪŋɡəprɪnts] dấu vân tay

⁶ mug shot/police photo [mʌɡ ʃɒt/ pəˈliːs ˈfəʊtəʊ] Ảnh trực diện nghi phạm

C. Hire a lawyer/hire an attorney [ˈhaɪə(r) ə ˈlɔːjə(r)/ˈhaɪə(r) ən əˈtɜːni] – *Thuê luật sư*

D. Appear in court [əˈpɪə(r) ɪn kɔːt] *Ra hầu tòa*

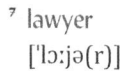

⁷ lawyer [ˈlɔːjə(r)]

⁸ attorney [əˈtɜːni] luật sư

⁹ judge [dʒʌdʒ] thẩm phán

¹⁰ defendant [dɪˈfendənt] bị cáo

¹¹ bail [beɪl] tiền bảo lãnh

E. Stand trial [stænd ˈtraɪəl] – *Bị xử tội trong một phiên tòa*

¹² courtroom [ˈkɔːtruːm] phòng xử án

¹³ prosecuting attorney [ˈprɒsɪkjuːt əˈtɜːni] công tố viên

¹⁴ witness [ˈwɪtnəs] nhân chứng

¹⁵ court reporter [kɔːt rɪˈpɔːtə(r)] thư kí phiên tòa

16 defense attorney [dɪ'fens ə'tɜːni] *luật sư biện hộ*

17 evidence ['evɪdəns] *chứng cứ*

18 bailiff ['beɪlɪf] *chấp hành viên tòa án*

19 jury ['dʒʊəri] *bồi thẩm đoàn*

F. Be acquitted [bi ə'kwɪt]
Được tuyên bố vô tội

G. Be convicted [bi kən'vɪkt]
Bị tuyên có tội

20 verdict ['vɜːdɪkt] *lời tuyên án*

21 innocent/not guilty ['ɪnəsnt/nɒt 'gɪlti] *vô tội*

22 guilty ['gɪlti] *có tội*

H. Be sentenced [bi 'sentənsd]
Bị kết án tù

I. Go to jail/prison [gəʊ tu dʒeɪl/ 'prɪzn]
Bị kết án

23 sentence ['sentəns] *phán quyết, tuyên án*

24 fine [faɪn] *tiền phạt*

25 prison guard ['prɪzn gɑːd] *cai ngục*

26 convict [kən'vɪkt]

27 prisoner/inmate ['prɪznə(r)/'ɪnmeɪt] *tù nhân*

J. Be released [bi rɪ'liːs] – *Được phóng thích*

TOPIC 137 — Citizenship – *Quyền/Nghĩa vụ công dân*

A. Citizens' Rights and Responsibilities ['sɪtɪznz raɪt ənd rɪˌspɒnsə'bɪlətiz]
Quyền và trách nhiệm của công dân

¹ vote
[vəʊt]
bầu cử

² obey laws
[ə'beɪ lɔ:]
tuân thủ luật pháp

³ pay taxes
[peɪ tæks]
trả thuế

⁴ serve on a jury
[sɜ:v ɒn ə 'dʒʊəri]
phục vụ trong bồi thẩm đoàn

⁵ be part of community life
[bi ˌpɑ:t əv kə'mju:nəti laɪf]
trở thành 1 phần của sinh hoạt cộng đồng

⁶ follow the news to know about current events
['fɒləʊ ðə nju:z tu: nəʊ ə'baʊt 'kʌrənt ɪ'vent]
Theo dõi đến những tin tức thời sự

⁷ register with the Selective Service System
['redʒɪstə(r) wɪð ðə sɪˌlektɪv 'sɜ:vɪs 'sɪstəm]
Đăng kí nghĩa vụ quân sự

⁸ protect and preserve the environment
[prə'tɛkt ænd prɪ'zɜ:rv ði: ɪn'vaɪrənmənt]
bảo vệ và giữ gìn môi trường

⁹ respect the rights and freedoms of others
[rɪ'spɛkt ðə raɪts ænd 'fri:dəmz ʌv 'ʌðərz]
tôn trọng các quyền và tự do của người khác

B. The Path to Citizenship [ðə pɑːθ tu 'sɪtɪzənʃɪp] – *Con đường trở thành công dân*

10 apply for citizenship
[ə'plaɪ fə(r) 'sɪtɪzənʃɪp]
nộp đơn xin quyền công dân

11 learn about U.S. government and history
[lɜːn ə'baʊt juː es 'gʌvənmənt ənd 'hɪstri]
Học tập lịch sử và hệ thống nhà nước Mỹ

12 take a citizenship test
[teɪk ə 'sɪtɪzənʃɪp test]
Tham gia kì thi quốc tịch cho công dân

13 have a naturalization interview
[həv ə ˌnætʃrəlaɪ'zeɪʃn 'ɪntəvjuː]
tiếp nhận cuộc phỏng vấn nhập tịch

14 attend a naturalization ceremony
[ə'tend ə ˌnætʃrəlaɪ'zeɪʃn 'serəməni]
Tham gia lễ nhập tịch

15 recite the Oath of Allegiance
[rɪ'saɪt ðə əʊθ əv ə'liːdʒəns]
Đọc lời thề trung thành

TOPIC 138 — Types of Travel – *Các hình thức du lịch*

A. Types of Travel [taɪps əv 'trævl] – *Các hình thức du lịch*

¹ business trip ['bɪznəs trɪp] *chuyến đi công tác*

² family trip ['fæməli trɪp] *chuyến du lịch cùng gia đình*

³ cruise [kru:z] *chuyến đi chơi biển*

⁴ (guided) tour ['gaɪdɪd tʊə(r)] *chuyến du lịch theo đoàn*

⁵ bus tour [bʌs tʊə(r)] *chuyến du lịch bằng xe buýt*

⁶ train trip [treɪn trɪp] *chuyến du lịch bằng xe lửa*

⁷ boat trip [bəʊt trɪp] *chuyến du lịch bằng thuyền*

⁸ ski trip [ski: trɪp] *chuyến đi trượt tuyết*

⁹ study tour ['stʌdi tʊə(r)] *tour du lịch khám phá học tập*

¹⁰ eco-tour ['i:kəʊ tʊə(r)] *chuyến du lịch sinh thái*

¹¹ safari [sə'fɑːri] *chuyến tham quan khu bảo tồn động vật hoang dã*

¹² expedition [ˌekspə'dɪʃn] *chuyến thám hiểm*

B. Booking a Trip ['bʊkɪŋ ə trɪp] – *Đăng ký chuyến đi*

¹³ travel agency ['trævl eɪdʒənsi] *đại lý du lịch*

¹⁴ tour company [tʊə(r) 'kʌmpəni] *công ty du lịch*

¹⁵ online [ˌɒn'laɪn] *(đăng ký) qua mạng Internet*

¹⁶ over the phone ['əʊvə(r) ðə fəʊn] *(gọi) điện thoại*

TOPIC 139 — Arriving at a Destination – Đến nơi

1. immigration/passport control
   [ˌɪmɪˈgreɪʃn/ ˈpɑːspɔːt kənˈtrəʊl]
   nơi làm thủ tục nhập cảnh

2. baggage claim area
   [ˈbægɪdʒ kleɪm ˈeəriə]
   khu vực nhận hành lý

3. customs
   [ˈkʌstəmz]
   hải quan

4. money exchange counter
   [ˈmʌni ɪksˈtʃeɪndʒ ˈkaʊntə(r)]
   quầy đổi tiền

5. taxi stand
   [ˈtæksi stænd]
   bến taxi

6. shuttle bus [ˈʃʌtl bʌs]
   xe buýt chạy tuyến đường ngắn

7. car rental counters
   [kɑː(r) ˈrentl ˈkaʊntə(r)z]
   quầy thuê xe hơi

8. hotel courtesy vehicles
   [həʊˈtel ˈkɜːtəsi ˈviːəklz]
   xe đưa đón khách của khách sạn

9. restrooms [ˈrestruːmz]
   nhà vệ sinh công cộng

 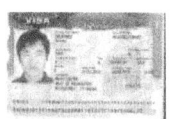  

10. passport
    [ˈpɑːspɔːt]
    hộ chiếu

11. visa
    [ˈviːzə]
    thị thực

12. baggage claim check
    [ˈbægɪdʒ kleɪm tʃek]
    phiếu kiểm soát hành lý

13. customs declaration form
    [ˈkʌstəmz ˌdekləˈreɪʃn fɔːm]
    tờ khai hải quan

TOPIC 140 — Hotel Communication – Sự liên lạc trong khách sạn

1 single room
['sɪŋgl ruːm]
phòng một giường

2 room with double beds
[ruːm wɪð 'dʌbl bedz]
phòng hai giường

3 non-smoking room
[ˌnɒn 'sməʊkɪŋ ruːm]
phòng không hút thuốc

4 handicapped-accessible room
['hændikæpt ək'sesəbl ruːm]
phòng dành cho người khuyết tật

5 room with a view
[ruːm wɪð ə vjuː]
phòng nhìn ra cảnh quan

6 suite
[swiːt]
phòng căn hộ

7 Room Service
['ruːm sɜːvɪs]
Bộ phận phục vụ phòng

8 I'd like to order dinner.
[aɪd laɪk tu 'ɔːdə(r) 'dɪnə(r)]
Tôi muốn đặt bữa tối.

9 Maintenance
['meɪntənəns]
Bộ phận bảo trì

10 Housekeeping
['haʊskiːpɪŋ]
Bộ phận dọn phòng

11 We need some towels.
[wi niːd səm 'taʊəlz]
Tôi cần vài cái khăn tắm.

12 The sink in our room is broken.
[ðə sɪŋk ɪn 'aʊə(r) ruːm ɪz 'brəʊkən]
Bồn rửa trong phòng chúng tôi bị hư.

¹³ Front Desk
[ˌfrʌnt 'desk]
Bộ phận tiếp tân

¹⁴ Concierge
['kɒnsieəʒ]
Bộ phận hỗ trợ khách hàng

¹⁵ Bell Desk
[bel 'desk]
Bộ phận phụ trách hành lý

¹⁶ I'd like a wake-up call at 7 a.m., please.
[aɪd laɪk ə weɪk ʌp kɔːl æt 'sevn ˌeɪ 'em pliːz]
Vui lòng báo thức tôi lúc 7 giờ sáng.

¹⁷ I'd like to get tickets for a show.
[aɪd laɪk tu get 'tɪkɪts fɔː(r) ə ʃəʊ]
Tôi muốn mua vé đi xem một buổi biểu diễn.

¹⁸ I'm checking out. Can you please send someone to get my bags?
[aɪm tʃekɪŋ aʊt. kən juː pliːz send 'sʌmwʌn tuː get maɪ bægz]
Tôi sắp trả phòng. Vui lòng cho người đến xách hành lý của tôi?

¹⁹ Shuttle service
['ʃʌtəl 'sɜːrvɪs]
Dịch vụ xe đưa đón

²⁰ Laundry service
['lɔːndri 'sɜːrvɪs]
Dịch vụ giặt là

²¹ Conference room
['kɒnfərəns ruːm]
Phòng hội nghị

TOPIC 141: Tourist Activities – *Các hoạt động du lịch*

¹ go sightseeing
[gəʊ 'saɪtsiːɪŋ]
đi tham quan

² take a walking tour
[teɪk ə 'wɔːkɪŋ tʊə(r)]
đi bộ tham quan

³ take a bus tour
[teɪk ə bʌs tʊə(r)]
tham quan bằng xe buýt

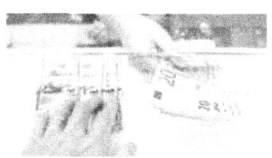
⁴ exchange money
[ɪks'tʃeɪndʒ 'mʌni]
đổi tiền

⁵ buy souvenirs
[baɪ ˌsuːvə'nɪə(r)z]
mua đồ lưu niệm

⁶ mail some postcards
[meɪl səm 'pəʊstkɑːd]
gửi một vài bưu thiếp

⁷ make a restaurant reservation
[meɪk ə 'restrɒnt ˌrezə'veɪʃn]
đặt chỗ trước ở nhà hàng

⁸ rent a car
[rent ə kɑː(r)]
thuê xe hơi

⁹ get tickets for a show
[get 'tɪkɪt fɔː(r) ə ʃəʊ]
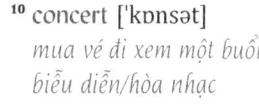
¹⁰ concert ['kɒnsət]
mua vé đi xem một buổi biểu diễn/hòa nhạc

¹¹ visit a historic site
['vɪzɪt ə hɪ'stɒrɪk saɪt]
tham quan di tích lịch sử

¹² go shopping
[gəʊ 'ʃɒpɪŋ]
đi mua sắm

¹³ go to a park
[gəʊ tuː ə pɑːk]
đi công viên

¹⁴ go to a museum
[gəʊ tuː ə mjuˈziːəm]
tham quan viện bảo tàng

¹⁵ go to a health club/fitness club
[gəʊ tuː ə ˈhelθ klʌb/ˈfɪtnəs klʌb]
đến phòng tập thể dục

¹⁶ go to an Internet café
[gəʊ tuː ən ˈɪntənet ˈkæfeɪ]
đi uống cà phê internet

¹⁷ go to a club
[gəʊ tuː ə klʌb]
đến câu lạc bộ khiêu vũ

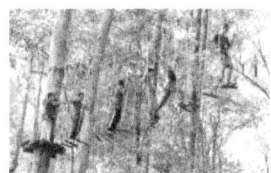

¹⁸ go to the theater
[gəʊ tuː ðə ˈθɪətər]
đi xem hát

¹⁹ go to the zoo
[gəʊ tuː ðə zuː]
đi sở thú

²⁰ play adventure games
[pleɪ ædˈventʃər geɪmz]
chơi trò mạo hiểm

²¹ attend festivals and cultural events
[əˈtend ˈfestəvəlz ænd ˈkʌltʃərəl ɪˈvents]
tham dự các lễ hội và sự kiện văn hóa

²² go on a river or lake cruise
[goʊ ɒn ə ˈrɪvər ɔr leɪk kruːz]
đi chơi trên sông hoặc hồ

²³ take cooking classes and have a culinary experience
[teɪk ˈkʊkɪŋ ˈklæsɪz ænd hæv ə ˈkʌlɪneri ɪksˈpɪriəns]
tham gia các lớp học nấu ăn và trải nghiệm ẩm thực

TOPIC 142 — Tourist Communication – *Giao tiếp của du khách*

1. exchange money
[ıks'tʃeındʒ 'mʌni]
đổi tiền

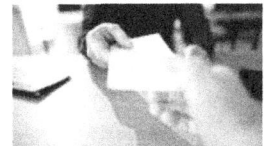

2. cash a traveler's check
[kæʃ ə 'trævələz tʃek]
đổi séc du lịch

3. buy this [baı ðıs]
mua quyển sách này

4. buy two tickets
[baı tu: 'tıkıts]
mua hai vé

5. mail this to my country
[meıl ðıs tu maı 'kʌntri]
gửi bức hình này về nước

6. take photographs here
[teık 'fəʊtəgrɑ:fs hıə(r)]
chụp hình ở đây

7. eat here
[i:t hıə(r)]
ăn uống ở đây

8. go in
[gəʊ ın]
đi vào

9. use a cell phone here
[ju:z ə 'sel fəʊn hıə(r)]
dùng điện thoại di động ở đây

10. pay with a credit card
[peı wıð ə 'kredıt kɑ:d]
thanh toán bằng thẻ tín dụng

11. I'm from Brazil.
[aım frɒm brə'zıl]
Tôi đến từ Brazil.

12. I'm here for five days.
[aım hıə(r) fɔ:(r) faıv deız]
Tôi ở đây được năm ngày rồi.

13 I'm seen the art museum and the zoo.
[aɪm siːn ðiː ɑːt mjuˈziːəm ənd ðə zuː]
Tôi đã tham quan bảo tàng nghệ thuật và sở thú.

14 I like your city very much. It's very beautiful.
[aɪ laɪk jɔː(r) ˈsɪti ˈveri mʌtʃ. ɪts ˈveri ˈbjuːtɪfl]
Tôi rất thích thành phố của các bạn. Thành phố rất đẹp.

Emergency Expressions [ɪˈmɜːdʒənsi ɪkˈspreʃnz]
Những cụm từ thường dùng trong trường hợp khẩn cấp

15 Help! [help]
Giúp tôi với!

16 Police! [pəˈliːs]
Cảnh sát!

17 Please don't bother me!
[pliːz dəʊnt ˈbɒðə(r) mi]

18 Please go away!
[pliːz gəʊ əˈweɪ]
Xin đừng làm phiền tôi!/Tránh xa tôi ra!

19 Fire!
[ˈfaɪə(r)]
Cháy (nhà)!

20 Look out!
[lʊk aʊt]
Coi chừng!

21 Freeze! Stop! Don't move!
[friːz! stɒp! dəʊnt muːv!]
Đứng lại!/ Không được chạy!

Useful Expressions [ˈjuːsfl ɪkˈspreʃnz] – *Những cụm từ thông dụng*

22 Do you speak ....?
[du ju spiːk]
Quý khách có nói .... không?

23 Please write that down for me.
[pliːz raɪt ðæt daʊn fɔː(r) mi]
Làm ơn viết ra giấy hộ tôi.

²⁴ What do you call that in English?
[wɒt du ju kɔːl ðæt ɪn ˈɪŋglɪʃ]
Xe đó tiếng Anh gọi là gì?

²⁵ Please repeat that.
[pliːz rɪˈpiːt ðæt]
Xin vui lòng lặp lại.

²⁶ Please speak slowly.
[pliːz spiːk ˈsləʊli]
Xin hãy nói chậm lại.

²⁷ I'm sorry. What did you say?
[aɪm ˈsɒri. wɒt dɪd du seɪ]
Xin lỗi. Cô nói gì ạ?

²⁸ Fancy meeting you here.
[ˈfænsi ˈmiːtɪŋ juː hɪə(r)]
Thật bất ngờ lại gặp bạn ở đây.

²⁹ May I have your name, please?
[meɪ aɪ hæv jɔːr neɪm pliːz]
Vui lòng cho tôi biết tên của bạn?

³⁰ It's a blast.
[ɪts ə blɑːst]
Thật thú vị / thoải mái.

³¹ It's appetizing and tasty.
[ɪts ˈæpɪˌtaɪzɪŋ ænd ˈteɪsti]
Thật hấp dẫn và ngon.

Made in the USA
Las Vegas, NV
09 May 2024